ልቃቂት

እና ሌሎችም ወጎች

አርታኢ - አለሁበል ተሾመ እና ሰለሞን ሳህለ ትዛዙ

የሽፋን ስእል - ዳንኤል ጌታሁን

የደራሲው ሌሎች ሥራዎች

Ascending to Heaven: Ancient Churches and Monasteries of Ethiopia

Addis Ababa: The New Flower of Africa

Ethiopia: Inspiring Journey

ማስታወሻነቱ

ለአባቴ ለአቶ መዓዛ ማሞ

ጥበብን መድረክ ላይ ስትከውናት እድሜ ፈቅዶልኝ ለማየት
ባልታደልም በዝና፤ በታሪክና በፎቶ የተዛመድኳቸው ሥራዎችህ
ሥነጽሑፍን እንድደፍር መሰረት ሆነውኛል።

ማውጫ

መግቢያ

አባቴ ንፋስ ስልክ ቅዱስ ዮሴፍ ቤተክርስቲያን ቅኔ ማኅሌት ቆሞ እኔ ደግሞ እናቴ አንገቴ ላይ ያሰረችውን ባለ አረንጓዴ ጥለት አንገት ልብስ ለብሼና እግሮቼን ተደግፌ ተኝቼ እናስቀድሳለን። በተደገፈው መቋሚያ መታ፥ መታ አድርጎ ከእንቅልፌ ይቀሰቅሰኛል። በድንጋጤ ዓይኖቼን ብልጭ አድርጌ አልተኛሁም ነበር ብሎ ለመዋሸት ፊቴን በሁለቱም እጆቼ አሽቼ ዓይኖቼን እንደ መኪና መብራት ብልጭ ድርግም አደርጋቸዋለሁ። ብዥ ባለ እይታ ዙሪያዬን ስቃኝ ሶስት ዲያቆናት ተሰልፈው ምስባክ ሲያዜሙ አያለሁ። ከካህኑ ፅና እየወጣ ቤተ መቅደሱን የሚሞላው እጣን መዓዛና የጽናው ድምፅ መልሰው እያባበሉ ያስተኙኛል። በመቋሚያው ጫፍ መልሶ ጀርባዬን ነካ፥ ነካ ሲያደርገው ፍሬ ቅዳሴ አልቆ የቁርባን ሰልፍ ይጀመራል። ሥጋወደሙን ተቀብዬ ስመለስ አልተኛሁም ነበር የሚለውን ቲያትር ደግሜ አባቴ እግር ሥር ቁጭ ብዬ እተውናለሁ።

የልጅነት ትዝታዎቼ ይደብዝዙ እንጂ አንዳንዴ ብልጭ እያሉ አብረውኝ ይኖራሉ። የጭቃ ብይ አድበልብዬ፥ በካልሲ ኳስ ሠርቼ፥ የኮባ ግንድ እንደ ጠመንጃ ተኩሼ፥ የሸቦ ትሬንታ

ከነ ተሳቢው ነድቼ፥ አቾሎኒ በቆርኪ ተሰፍሮ ገዝቼ፥ በዓይን ፍቅር ተማርኬ ያሳለፍኩት ልጅነቴ ምናቤን አስፍቶት ዛሬ ትዝታዎቼ በልብ ወለድ ሰበብ ከብእሬ ጠብ፥ ጠብ፥ ማለት ጀምረዋል። በማላውቀው የስነ አዕምሮ ውስብስብ ጥበብ የትዝታዎቼ ድምቀት አንዱ ከሌላው ይለያል። በጣም ርቀው ግን ድምቀታቸው ካልቀነሱት ትዝታዎች ውስጥ ከትምህርት ቤት ወደ ቤቴ ለምሳ እየሮጥኩ ስመጣ ወድቄ በያዝኩት የውሃ ጠርሙስ ስባሪ የተቆረጠው እጄ ከነ ደም ጠብታዎቹ ይታየኛል። በአንፃሩ በየቀኑ በጨዋታ ያሳለፍኳቸው ጊዜዎች ደግሞ ትዝታቸው ተደባልቆ በጅምላ ብቅ ይሉብኛል።

እናቴ ሳሎን ቤት ካለው ቡናማ ሶፋ ላይ ቁጭ ብላ በቀኝ እጇ አመድ ጠቀስ እያደረገች እንዝርቱን ታሾረዋለች። ቀሰም እየቀየረች ለብዙ ሰዓታት ከማጉ ወደ ቀሰሙ እያስተካከለች ለሸማኔው ታዘጋጃለች። በአንደበቷ እህቶቿን፥ አባቷን፥ እናቷንና ወንድሞቿን ተራ በተራ ስማቸውን እየጠራች ሰሚ ለሌለው ጊዜ በእንጉርጉሮ ታወድሳቸዋለች። አንዳንዴ እንባዋ ከውዳሴዋ እኩል ወደ እንዝርቱ ያተኮሩትን ዓይኖቿን እየገፋ በጉንጮቿ ላይ ይወርዳል። በናፍቆት ታጅበው የሚወርዱትን ለስላሳ ዜማዎቿን እያዳመጥኩ ልጅነቴን እቀጥላለሁ። ቀሰም በአገልግል ሞልታ ስትጨርስ የኔ ጭንቅላት እሷ ጭን ላይ የእሷ እጆች የኔን ጭንቅላት እየዳሰሱ ዜማዎቿን ትቀጥላለች። ልጅ ነኝና ያየሁትን በአዕምሮዬ መዝግቤ እንቅልፌን እለጥጠዋለሁ።

የአባቴና የእናቴ ትዝታዎችና የልጅነት ጨዋታ ታሪኮቼ ዘመን ተሻግረው እስከ ዛሬ በውስጤ የቆዩ እውነታዎች ናቸው።

በመጽሐፉ ውስጥ የተካተቱት ታሪኮች ግን ሙሉ በሙሉ የእኔ ታሪኮችና ገጠመኞች ባይሆኑም ከእኔ ልብ ተወልደውና ከብዙ ሰዎች እውነታ ተጨምቀው የተጻፉ ናቸው። ልጅነት፥ ሃይማኖት፥ እድሜ፥ ባህል፥ ስነ ልቦና፥ አየር ፀባይ ወዘተ… በጽሑፎቹ ውስጥ ተገኝተው ለታሪኮቹ ለዛና ሕይወት አክለዋል ብዬ አምናለሁ። በእውነታው ዓለም ውስጥ የማይናገሩ ፍጡራን እና ግዑዝ አካላት አንደበት አውጥተው ብሶታቸውን እንዲያካፍሉንም ተደርጓል።

እድሜ ጠገቡ የአማርኛ ቋንቋ የሰጠን ገላጭ ቃላት ምን ያህል ሕመማችንን፥ ፍቅራችንን፥ ደስታችንን፥ ባህላችንን በጠቅላላው ዓለማችንን መግለፅ እንዳስቻለን ሳስብ ምስጋናዬ ለፈጣሪዎቹ፥ እየተንከባከቡና እያሳደጉ እዚህ ላደረሱት በሙሉ ነው። የኔታ ሀ…ሁ…ሂ… እያሉ ፊደል ስላስቆጠሩበት፥ ሼኩ ሓዲስ ስላስተማሩበት፥ ባለ ቅኔው ስለዘረፈበት፥ ገጣሚው ስለገጠመበት፥ አዝማሪው በአሽሙር ስለሸረበት፥ ቲያትረኛው ስለተወነበት ዛሬ ቋንቋችን አድጎ ሀሳባችንን በለዛ ለመግለፅ አስችሎናል።

ልክ እንደ እኔ አንባቢዎቼም የራሳቸውን ታሪክ ከተጻፉት ልብ ወለዶች ውስጥ ያገኛሉ ብዬ አምናለሁ። ልቃቂትን ሲያነቡ ከገጸባህሪዎቹ ውስጥ ሰሚራ፥ ኩናን ሲያነቡ መክሊት፥ አንድ እግር ጫማን ሲያነቡ በደዊ፥ እናንዬን ሲያነቡ እናንዬ፥ ሽንፍላን ሲያነቡ ጋሽ አንዱዓለም የእርስዎን እውነታ ለብሰው ሊያገኟቸው ይችላሉ። የኔ ልብ የወለዳቸው ታሪኮች ሙሉ በሙሉ የእርስዎ ታሪክ ባይሆኑም ታሪኮቹ ውስጥ ግን በአንድ መልኩ የእርስዎ ዓለም የተገለፀ ይመስለኛል።

ምስጋና

አንዳንድ ጊዜ እግሮች ያልታሰበ ቦታ ተጉዘውና ሰውነት ያልተጠበቀበት ተከስቶ የሐሳብ መሰረትን አነቃንቀው የሰው ልጅ ከለመደው ርቀት አልፎ እንዲጓዝ የሚገፉፉ ነፍሶች በሕይወታችን ውስጥ ዘለው ጥልቅ ይላሉ። ሰብለ ደምሴ (ሰብሊ) የሥነጽሑፍ ችሎታዬን ከተደበቀበት ፈልገሽና ለኩሰሽ አቀጣጥለሽ መጽሐፍ ደረጃ እንዲደርስ ስላበረታታሽኝ ምስጋናዬ የላቀ ነው። ሁለት ቃላት ሲጋጠሙልኝ በደስታ ደውዬ ከአበረታች ቃላትህ ባሕር እየጨለፍኩ የምወስደው ጓደኛዬ ደሳለኝ መኮንን ለማይሰለቹት ጆሮዎችህና ለአበረታች ቃሎችህ አመሰግንሀለሁ። ሐሳቦቼን ከፍ አድርገህ ከሕይወት ጋር እያጣመርክ ቀለም የምትሰጣቸው ጓደኛዬ አሉላ ከበደ የሐሳብ ድንበር መገርሰስ የሚቻል እና ያለበት መሆኑን ስላሳየኸኝ ምስጋናዬ ይድረስህ። ከተለቀመ ስንዴ ላይ እንክርዳድ ፈልገህ የምታገኘው ጓደኛዬ አለሁበል ተሾመ ለአንባቢዎች እንቅፋት የሚሆኑ ስሕተቶችን በማረም ስለረዳኸኝ አመሰግንሀለሁ።

የታሪኮቹ ገጸባህሪዎች ሲወለዱ አብራችሁኝ ያማጣችሁ ጓደኞቼ፥ በጣፋጭ አንደበታችሁ አንብባችሁ ቃላቴን ሕይወት የሰጣችኋቸው፥ ዕውቀታችሁን እየለገሳችሁ ያሻሻላችሁኝ እነ ዘመናይ ዘሪሁን፥ ብሌን ሳሙኤል፥ ፍካሬ የሱስ ይምታቱ እና ዮሐንስ ዘሪሁንን ከልቤ አመሰግናችኋለሁ። አስተካክላችሁና አርማችሁ ለህትመት ዝግጁ ያደረጋችሁት አቶ ዓለማየሁ ገ/ ሕይወት እና ደራሲ ሰለሞን ሳህለ ትዛዙ የችሎታችሁ አድናቂ ነኝ፤ ለደግነታችሁ አመሰግናችኋለሁ።

ባህልን፥ ወግን፥ ቦታንና ቋንቋን በትክክል ለመጻፍ ባደረኩት ጥረት ላይ ተከፍሎ የማያልቅ ትልቅ ውለታ ያደረጉልኝን ፀሐይ መዓዛ፥ የሰውደግ ጌታቸው፥ ሚናስ ወንድሙ፥ አያሌው ከበደ፥ ቻፒ ኢትዮጵያ፥ የትናየት ሀብቴ፥ ኤፍሬም ጂኖ፥ መቶ አለቃ ታደለ ጫላ፥ ገሠሠ ተስፋዬ፥ አስራት ይርጋ እና ዮናታን ይጥናን አመሰግናለሁ። ከማረም አልፈው የሕይወታቸውን ክፋይ በልብ ወለዶቼ ውስጥ አካትቼ ታሪኮቼን ወደ እውነት ጠጋ እንዳረጋቸው የረዱኝን የበና ተወላጇን ሆድዬ፥ የእንድብሯን ወጣት ቤተልሄም ባርጠሚ እና የአርጎባዋን ጓደኛዬን ሲሀም ሁሴን አመሰግናለሁ።

እኔ በቃላት የአርጎባዋን ቆንጆ ልቃቂትን ስገልፃት አቶ ዳንኤል ጌታሁን በቀለምህ ዓይኖቿን ጎላ አድርገህና ልጅቷ ብለህ ሰይመህ ስለህ የመጽሐፍ ሽፋን እንዳደርጋት ስለፈቀድክልኝ አመሰግናለሁ።

መጽሐፉን ለምታነቡ ሁሉ ምስጋናዬ ይድረሳችሁ።

እናንዬ

የግራካሶ ጠመዝማዛ መንገድ ወደላይ ሲወጡት ዳገቱ ለመኪና አዳጋች ሲሆን ወደታች ሲወርዱት ደግሞ ጥሩ የመኪና ፍሬንና ሰብሰብ ያለ የሹፌር መንፈስ ይጠይቃል። ከትግራይ አቅጣጫ ለሚመጡ ሰዎች ቁልቁለቱን ጨርሰው እፎይ የሚሉበት እና ከወሎ መስመር ለሚነሱ ደግሞ ዳገቱን ከመውጣታቸው በፊት አረፍ ብለው ጉልበት ከሚሰበስቡበት አማካኝ ቦታዎች አንዷ ቆቦ ራያ ነች። ቆቦ ራያ እንደ ትልቁ ጎረቤቷ ከተማ አላማጣ ደመቅ ያለች ሳትሆን ቀዝቀዝ ያለች ትንሽ ከተማ ነች።

ቆቦ ራያን ወደ ሰሜን ሲያልፏት አላማጣን ታስቀድምና ግራካሶ ተራራን አሻግራ፥ ወደ ኮረም፥ ማይጨውና መቀሌ ትመራለች። ወደ ደቡብ ለሚያልፏት ተጓዦች ደግሞ ቆቦ ሮቢትን አሳይታ ወልዲያ እና መርሳ እያለች ታሻግራለች። በከፍታ

ቦታ ላይ የምትገኝ የራያ ሕዝብ አንዷ የመኖሪያ ከተማ ነች። ወንዶቹ "ጉማ በል" እያሉ ጎፈሬአቸውን ከምክመው፥ ከጉልበታቸው በርከክ እያሉና ዱላቸውን ከፍ ዝቅ እያደረጉ የባህል ጭፈራቸውን ሲጀምሩ ሴቶቹ ቀጭን ሹሩባቸውን ተሰርተው እምቡሼ ገላ በሚመስል ጨዋታ እየተሽከረከሩ ይጨፍራሉ። በአጠቃላይ የቆቦ ራያ ውበቷ መልክዓምድሯ፥ የአየሯ ፀባይ፥ የሕዝቧ ባህልና ወግ ነው። የከተማዋን ገፅታ ከሚያደምቁት ሰዎች አንዷ ዋና መንገዱ ላይ በቆሎ የምትሸጠው እናንዬ ናት።

እናንዬ ገረመው የሀያዎቹን እድሜዋን አጋምሳ ወደ 30 እየተጠጋች ያለችና ቆቦ ራያ ተወልዳ ያደገች ሳቂታ ሴት ነች። የአገጯን አጥንት ተከትሎ ከተሳለው ውብ ንቅሳቷና ከጠቅላላ ውበቷ አይለው ከሩቅ የሚታዩት ከንፈሮቿ እንዲሸፍኗቸው የማትፈቅድላቸው ክርክም ያሉት ጥርሶቿ ናቸው። የድዷ ንቅሳት ነጫጭ ጥርሶቿን አድምቀው ተወዳዳሪ የሌለው ፈገግታ ሰጥተዋታል። ታዲያ የበቆሎ እሸት ለመግዛት ጠጋ ያሏት ሰዎች ሁሉ በፈገግታዋ ስለሚማረኩ ከመግዛት አልፈው ከልጆቿ ጋር ሳይጫወቱ አይሄዱም። እሷም ፈገግታዋን አሳድጋና አብዝታ እየሳቀች ታስተናግዳቸዋለች። ገዢ ሳይኖር በአንድ እጇ ከሰሏን እያራገበች ከፈገግታዋ እኩል በሚያምረው መረዋ ድምጿ ታንጎራጉራለች።

ዓይኖቼ ዋለሉ ዳገት ዳገቱን
ግራካሶ ጥራኝ ብዬ ስለምን
ፈጣሪ ዝም አለ እያየ ሳይሰማኝ
የቅርብ ሩቅ ሆኖ ተራራው ሲጠራኝ

በየዓመቱ ክረምት ሲገባ በቆሎ እየጠበሰች ግራካሶን ለሚወጡ ደንበኞቿ ስትሸጥ አንድም ቀን ምኞቷ ተሳክቶ ተራራውን ወጥታው አታውቅም። ስለተራራው ውበትና ስለ መልክዓምድሩ ስትሰማ አድጋ፥ ወልዳ ከብዳለች። ተራራውን ተሻግራ፥ እንዳ መድሃኒዓለምን ተሳልማ፥ በዝና ብቻ የምታውቃቸውን የሄዋኒን ከተማና የሀሸንጌን ሐይቅ ሳታይ ፈጣሪዋ እንዳይጠራት የእለት ጸሎቷ ነው።

ከእናንዬ ሦስት ልጆች ሁለቱ ተቀራራቢ እድሜ ላይ ያሉ ሲሆኑ ትንሹ ገና የአንድ ዓመት ህፃን ነው። እናቱ የግራ ጡት ላይ ልጥፍ ብሎ የሚውለው ህፃን ሲርበው ወተት እየጠጣ፥ ሲጠግብ እያወዛወዘ ይጫወትበትና ሲተኛ ደግሞ እንደ ትራስ ድግፍ ይለዋል። የልጆቿን ሕይወት ለእድላቸውና ለፈጣሪዋ ያስረከበችው እናት አንዳንዴ እያመለጡ የሚያስጨንቋትን ሐሳቦች በእንጉርጉሮ ከውስጧ ታስወጣቸዋለች።

ከበቆሎ ሻጭ ተወልዳችሁ
ጨለማ ሕይወት የሚጠብቃችሁ
እኔ ደሀ ነኝ እናታችሁ
ደጉ ፈጣሪ ይርዳችሁ

ከግራ አቅጣጫ የሚመጡት የከባድ መኪና ሹፌሮች ለልጆቿ በለስና ብስኩት እየገዙ ያመጡላቸዋል። ታዲያ ልጆቹ ከበስተግራ በኩል ትልልቅ መኪኖች ሲመጡ ልክ እንደናታቸው እየሳቁና እጃቸውን እያውለበለቡ ደንበኞቹን ይቀበላሉ። ከትንሽ ደቂቃዎች በፊት በእንጉርጉሮ ያማረረችውን ሕይወት በሹፌሮቹ

ደግነት ደምስሳ የሕይወቷን ፀጋ እያሰበች ፈጣሪዋን "ይቅር በለኝ" ትለዋለች።

በቆሎውን ልጣና ከላዩ ላይ ያለውን ፀጉር አፅድታ ለመጥበስ የምታግዛት የ8 ዓመት ልጇ ነች። ከተጠበሰም በኋላ በአንዱ ልጣጭ አንጠልጥላ ለደንበኞች ትሰጣለች። የእናቷ እንጉርጉሮ እሷም ለምዶባት ቃላት በሌለው ዜማ "እህህ እእእ እህህ እእእ" እያለች ታልጎመጉማለች። እናንዬ የልጇን ድምፅ ተከትላ ...

ወሎ በቀኝ በኩል ትግራይ በግራዬ
መሀል ያስቀመጥከኝ አቤቱ ጌታዬ
እድሌን ወደድኩት እዚህ መወለዴን
ሁለት ቆንጆ መሀል ቀጭ እንቧ ማለቴን

የእናንዬን የበቆሎ ጥብሶች እንዲጣፍጡ ከሚያደርጓቸው ሁለት ነገሮች አንዱ የእሸት አመራረጥ ችሎታዋ ሲሆን ሌላው ደሞ የአጠባበስ ስልቷ ነው። እንጭጭ፥ ተቆርጠው የቆዩና ወፎች የቀመሷቸውን በቆሎዎች ለደንበኞቿ አታቀርብም። የበቆሎ እርሻ ካላቸው ወዳጆቿ ስትገዛ ነስንሶና ዘርዝሮ እስከሚጨርስ ጠብቃ በጣቶቿ ወጋ ወጋ እያደረገች ለጋነቱን አረጋግጣ ነው። በጥፍሮቿ ወጋ ስታደርገው ወተት ሲያወጣ ቆርጣ ትይዛለች፤ ደርቆ ጣቷን ከገፋው አልፋው ወደሚቀጥለው ትሄዳለች።

ስትጠብሳቸው ጊዜዋን ወስዳ እኩል እንዲበስሉ ታደርጋለች። ትንሽ ሲቀራቸው አውጥታ የምድጃዋ ጠርዝ ላይ

ትደረድራቸዋለች። ደንበኞቿ ሲመጡ ወደ መሀል ከታ ሞቅ ስታደርጋቸው ትኩስ፥ ለስላሳ፥ ጣፋጭና የማር ቀለም ያለው የሚያምር መልክ ይይዛሉ።

በችርቻሮ የምትገዛው ከሰል ዋጋ እየጨመረ ከትርፏ ላይ መጋራት ጀምሯል። አንድ የወልዲያ ደንበኛዋ ችግሯን ተረድቶና አዝኖ በቆቦ ራያ ሲያልፍ የአቅሙን ያህል ከሰል ያመጣላታል። እሷም ለደግነቱ ጣፋጭ የበቆሎ ጥብስ ትሸልመዋለች። ታዲያ ይሄን ሰሞን ጠፍቶባታል! በቆሎ የምትሸጥበት ዋጋና ከሰል የምትገዛበት ዋጋ እኩል ሆነው አስጨንቀዋታል። ነገር ግን ጭንቀቷ ፈገግታዋን ሳይቀንስ በእንጉርጉሮዋ ብቻ እየሾለከ ይወጣል።

የወዳጄን ስም አላውቀው
ማን ብዬ ጠርቼ ላስፈልገው
ተግባሩ ስም ሆኖ ስገልፀው
ደጉ ደጉ ደጉ ሰው

ሥራዋን ጨርሳ ወደ ቤቷ ስትሄድ ልጆቿን፥ የቀን ሥራ ሲሰራ የዋለውን ባለቤቷንና የእድሜ ባለፀጋ ደካማ እናቷን መንከባከብ ይጠብቃታል። የልጆቿ አባት አላማጣ ተወልዶ እንደሷ ቆቦ ራያ ያደገ ጠንካራ ሠራተኛ ነው። ድንጋይ ተሸክሞ የባሬላ ክብደት ባሻከሩት እጆቹ ፀሐይ ያጠቆራቸውን ልጆቹን እያገላበጠ ሲስም እናንዬ ከማጀት ገብታ፥ መቀነቷን ጠበቅ አድርጋና በእጉርጉሮዋ ታጅባ በማሽላ የተደባለቀውን የጥቁር ጤፍ እንጀራ ትጋግራለች።

እናቴ አርጅታ ከቤቴ
በሞት ተለይቶኝ አባቴ
እኔ ማሽላ ስጋግር ከማጀቴ
ሲያጫውት ልጆቹን ባለቤቴ
እንግዲህ ምን ልስጠው ለአምላኬ
ቤቴን ለባረከው መጥኖ በልኬ

እያለች ለተሰጣት ፀጋና በረከት ፈጣሪዋን ታመሰግናለች። ከእናቷ የቀሰመቻቸውን ወጎች፥ እድሜ ጠገብ ታሪኮችና በባህል የዳበሩ ልምዶች ለልጆቿ ታስተምራለች። እሳቸውንም ተንከባክባና ምርቃታቸውን ተቀብላ ቤቷን ትባርካለች። የእናንዬ ጥንካሬ ሀገር የመሰከረለት የአንድዬ ስጦታና የትጉህነቷ አመላካች መለያዎቿ ናቸው። የምትተኛበት የጠፍር አልጋ የበቆሎ ሻጭነቷን የምታስታውስበት ወይም ድህነቷን የምታላዝንበት ሳይሆን ለዛሬ ውሎዋ ፈጣሪዋን የምታመሰግንበት የቀኗ መደምደሚያና ለነገ ስጦታዋ መነሻ መሰረት ነው። ከመተኛቷ በፊት ፈጣሪዋን እንዲህም ብላ ታመሰግነዋለች ...

“ፈጣሪዬ ሆይ ማንበብ ችዬ ቃልህን ከመጽሐፍ ቅዱስ ባልቀስምም ቸርነትህን በሕይወቴ ውስጥ ባደረክልኝ ስጦታ አይቸዋለሁ። በረከትህን በፍቅርህ እንጂ በደሀነቴ አልመዝነውም። ለልጆቼ ፍቅርህን፥ ለሀገሬ ኢትዮጵያ ምህረትህን፥ ለዓለም ይቅርታህን ስጥልኝ” ብላ ጸሎትና ምስጋናዋን በንግግር መልክ አድርሳ ትተኛለች። ከውጪ የሚታይ ድህነቷን ከውስጥ በፈጠረችው ሰላም አደብዝዛ ደስተኛ ሕይወት ትኖራለች።

እናንዬ የኢትዮጵያ ተምሳሌት መንፈስ ያላት፥ ግራካሶን አልፈው የሚመጡትን ደንበኞቿን ፈገግ ብላ የምትቀበልና ተራራውን ሊወጡ የሚዘጋጁትን ሰዎች ደግሞ እጆቿን ዘርግታ የምታቅፍ እናት ናት። ልጆቿን እንዳቅሟ ታሳድጋለች፥ የደጎች ምፅዋት ትሻለች፥ በምትለግሰው ትንሽ ስጦታ ላይ ደግነትን ትጨምራለች። እንደ ከሰል ዋጋ የሚወዛገቡ ችግሮቿ ከሰላሟ ለይተው ትንሽ ቢያስጨንቋትም ጥንካሬዋ ወደ ፍቅሯ፥ ቸርነቷ እና መልካምነቷ ይመልሷታል።

ሸንፍላ

“መጣች ደግሞ” አለ!

በየሦስት ቀኑ እየመጣች “አንድ ኪሎ ለቀይ ወጥ፥ አንድ ኪሎ ለአልጫ፥ ሁለት ኪሎ መረቅ ላለው ጥብስ እና አንድ ኪሎ ለጥሬ ክትፎ የሚሆን ሥጋ ስጠኝ” እያለች የምትጨቀጭቀው ሴት ወደ መስኮቱ ጠጋ ስትል…

“ለሁሉም ይሆናል”

እያለ ፊቱ ካገኘው ሥጋ ላይ ቆርጦ ሲሰጣት አምናው እንደተከፋፈሉ በየከረጢታቸው ይዛ ትሄዳለች። ዞር ስትልለት ከራሱ ጋር ማውራት ይጀምራል።

"እኔ ሥጋ ሻጭ እንጂ የሥጋ ተመራማሪ ሊቅ ነኝ እንዴ? እንዴት ነው የጥሬ እና የለብለብ ክትፎ ሥጋ መለየት የምችለው? ዛሬ ደሞ መረቅ ላለው ጥብስ አለች! ወይ የፈጣሪ ያለህ!"

ብሎ ሥጋውን የቆረጠበትን ቢላዋ በያዘ እጁ አማተበ።

ዳግማዊ ሳሪስ የሚገኘው የማራኪ ሥጋ ቤት አዲስ ተቀጣሪ ሥጋ ቆራጭ ነው። በሥጋ ቆራጭነት የተቀጠረው በረዥም ዘመን የውትድርና እና የጀግንነት ዘመኑ ሁለት የጠላት ጥይቶች ከቀኝ ታፋው ላይ ገብተው ኑሮ ከጀመሩ በኋላ ነው። አንድ አንድ ጊዜ የቢላ አያያዙ አጓጉል ልንቀባረር ያሉ ደንበኞችን ሳይቀር ሥነ ሥርአት ያስይዛል። ትእዛዝ ሰምቶ ወደ ሥራ መሄድ እንጂ ማውራት አይመቸውም። ከራሱ ጋር የሚያደርጋቸው ንግግሮች ለእሱ ከበቂ በላይ የወሬ ጥማቱን ያረኩለታል። ሥጋ ሊገዛ የሚመጣ ሰው ሁሉ በዳግማዊ አዕምሮ ውስጥ ሌላ ምስል አለው። ውስጡ ያሉትን ምስሎች "አንቱ፥ እሳቸው፥ እማማ፥ አባባ" እያለ በአክብሮት አይክባቸውም።

እትዬ ወለላ መጡ። በመጡ ቁጥር መጀመሪያ ሥጋው ላይ ያሉትን ዝንቦች ከእጃቸው በማይለየው ቦርሳቸው ማባረር ልምዳቸው ነው። እሳቸው አባረው እስከሚጨርሱ ዳግማዊ ቢላውን እየሳለ ለራሱ ያማቸዋል።

"አሁን ሥጋውን ለማራከስ ነው እንጂ ዝንቦቹ ምን አደረጉ? እሷ ዝንብ ልታባርር እጇን ስታርገበግብ ጠረኗ እኔን መግቢያ አሳጣኝ እኮ!"

"ዛሬ የልጇ የሳምራዊት ልደት ነው። እዚህ አሁን ትልቋን ዝምብ ካባረርኩበት ሥጋ ላይ ቀይ ቀዩን ብቻ ቆርጠህ ስጠኝ። በድንች አባዝቼ ቆንጆ ቀይ ወጥ ነው የምሰራላት" አሉ እትዬ ወለላ።

ዳግማዊ የእትዬ ወለላን የዝንብ ምልክት ተከትሎ መቁረጥ ሲጀምር ጮኸው አስቆሙት።

"ትልቋን ዝምብ እኮ ነው ያልኩህ" ብለው መሳሳቱን በእጃቸው እየጠቆሙ አሳዩት። እሳቸውን ትቶ ስለ ዝንቦቹ አሰበ።

"ምን አለበት ወለላ ስትመጣ በአመልካችነት የታጩ ዝንቦች ሁሉ ከመብረር ቢቆጠቡ!"

ከግብይቱ በኋላ እትዬ ወለላ ከመስኮቱ ዞር እንዳሉ ዝምቦቹ ተመለሱ ። ከመረጡት ሥጋ ሁለት ኪሎ ይዘው ጠረናቸውን እና ሦስት የተጨረማመቱ የመቶ ብር ኖቶች መስኮቱ ጫፍ ላይ ትተው ሄዱ።

አጭሯ የሰፈሩ ቡና አዟሪ ሰዓቷን ጠብቃ ጎኑ የተሰነጠቀ ሐምራዊ ፔርሙዟን ተንጠራርታ ከብሮቹ ጎን መስኮቱ ላይ አስቀመጠችው። ዳግማዊ ከሚወደው ቀይ ስኒ ውስጥ አንድ ማንኪያ ስኳርና ሁለት የጤናዳም ፍሬዎች ጨምራ ቡና ቀዳችለት። ትንሽ ቆይታ ለሂሳቡና ለስኒዋ እንደምትመለስ ነግራው ሄደች።

“አይ ይቺ ምስኪን ሴት” ብሎ በውስጡ አዘነላት። ቀኑን ሙሉ ዞራ የመቶ ብር ቡና እንደማትሸጥ ሲያስብ ሆዱ ባባ።

ደም ማነስ ከያዛቸው ጀምሮ ማራኪ ሥጋ ቤት የገባ ጉበት የማያመልጣቸው ጋሽ አንዱዓለም ከዘራቸውን አስቀድመው ከመስኮቱ በግራ በኩል ብቅ አሉ። “ዳግማ ..” ብለው “ዊን” በሆዳቸው ዋጧት። “ጉበት ገብቷል?” በሳምንት ሁለቴ የሚጠይቁትን ጥያቄ እያወቀ ግን እስኪጠይቁ ዝም ይላቸዋል።

“አሁን ይሄ ሽማግሌ ጉበት ከሚበላ ጉበቱን የሚቀይርለት ሰው ቢያገኝ!” በውስጡ አሽሟጠጠ። “የኢትዮጵያ ዶክተሮች ደሙን ሙጥጥ አድርጎ ለጨረሰ ሽማግሌ ደም ማነስ ያዘህ ሲሉት አያፍሩም? ሰውየው እኮ አንድም ጠብታ ደም ውስጡ የለም”

ጋሽ አንዱዓለም በጥቃቅን ንግድ ተሰማርተው የሥራ እድሜአቸውን ያሳለፉ አዛውንት ናቸው። የሕመማቸው መንስኤ የ1965 የአሶሳ ጉዞአቸው እንደነበረ ሰዓት ኖሮት ላዳመጣቸው ሁሉ ይናገራሉ። ታስረዋል፥ ተገርፈዋል፥ ከሞት አምልጠዋል። ቀስ ብለው ይራመዱ እንጂ ፈጣን አሳቢና ንቁ ናቸው። ታዲያ ዳግማዊ በውስጡ እንደሚያንቋሽሻቸው ስለሚጠረጥሩ እሳቸውም አይወዱትም። “ይሄ ሽንካላ ወታደር” እያሉም ሲጠቁሙበት ተሰምተዋል። ዳግማዊ የሰጣቸውን ጉበት በትልቅ ቢጫ ላስቲክ ይዘው ደማቸውን ሊያክሙ ወደቤታቸው መንፏቀቅ ጀመሩ።

ከሥጋ ቤቱ ጎን ያለው ምግብ ቤት ሠራተኞች የሥጋ ትእዛዝ ሲያስገቡ ከደንበኞች ሁሉ ቀድሞ ይሰራላቸዋል። የቤቱ

ባለቤት የወይዘሮ ጠብታ ቁጣና አንዳንዴ ለዳግማዊ የሚልኩት ጉርሻ ለደንበኞቻቸው ፈጣን መስተንግዶ ዋስትና ከሆነ ቆይቷል።

"ይችን የምታክል ግድንግድ ሴትዮ ጠብታ ብለው ሲሰይሙ አያፍሩም" ብሎ በውስጡ እሳቸውን ማማት ጀመረ።

"ለሰፈር እድር መፍረስ ቀንደኛ መሪ የሆነች እርጉም" ጠብታን ማንቋሸሹን ቀጠለ። በቀጭን ድምፃቸው ሰራተኞቻቸውን በትእዛዝ ሲያንገላቱ ሲሰማ በሶማሌው ጦርነት ጊዜ የቡድኑ መሪ የነበረውን ወላዋይ ሻለቃ ያስታውሱታል። "ይሄ አስመሳይ ባንዳ!" ብሎ ወይዘሮ ትዝታ ላይ ተንተርሶ ሻለቃውን ረገመው።

የዳግማዊ ውስጣዊ ንግግር የመረረና ብዙ ርእሶች በትንሽ ሰዓት የሚያስስ ውስብስብ ዳንቴል ነው። የአቦ ቤተክርስቲያን ቄሶች የሰንበት ቅዳሴ ጨርሰው "አሜን" ሳይሉ የዳግማዊ ጭንቅላት ሰባት ሰዎችን ኮንኖ ለአንድ ምስኪን ቡና ሻጭ ራርቷል። እሷንም ቢሆን የቡና ስኒዋን ልትወስድ ተመልሳ ስትመጣ አረማመዷን እና ዝርክርክነቷን ተችቷል። አዕምሮው ራሱ የማይገባው መጥፎ ሐሳቦች እያመነጨ እንደሚጠላው ሽንፍላ ፈርስ በየከረጢቱ ቋጥሮበታል።

በወታደርነት ጊዜው እጅግ አሰቃቂ ገጠመኞች አሳልፏል። ከጓደኞች ሞት አንስቶ ከሬሳ ጋር አብሮ እስከ ማደር የሚደርሱ የአዕምሮ ጫና የሚፈጥሩ እውነታዎች አሳልፏል። የደም ደፋር ጀግና ተብሎ የተቀጠረው ሥጋ ቆራጭ ውስጡ ደም ማየት የሰለቸው፥ የከብት ብልቶች የወደቁ ጓደኞቹን

የሚያስታውሱት፥ ጥሩ እንቅልፍ ከተኛ የቆየ፥ ሕይወት ምስቅልቅል ያለበት ሰው ነው። የሚስለው ቢላ፥ የሚቆርጠው ሥጋ፥ የሚያዙት አለቆች፥ ሕይወቱ ላይ የነበሩ፥ አሁን ያሉ እና ወደፊት የሚኖሩ ሐሳቦች በሙሉ አዕምሮውን ትርምስምስ አድርገውታል። እንደ ሽንፍላ አፅድቶ ለመጨረስ ከብዶታል።

ኩናን ፍለጋ

መክሊት አዲስ አበባ ተወልዳና አድጋ የሁለተኛ ደረጃ ትምህርቷን ሳትጨርስ ቤተሰቦቿን ልትቀላቀል ወደ አሜሪካ ከመጣች ብዙ ዓመታት አልፈዋታል። የአዲስ አበባ ትዝታዎቿ አዕምሮዋ ውስጥ እየደበዘዙ መጥተዋል። ደጋግማ ከምታወራቸው የልጅነትና ጀብዱ የተላበሱ ታሪኮቿ በስተቀር ሌሎቹ ትዝታዎቿ አሜሪካ ስትመጣ ካሳለፈቻቸው ገጠመኞች ጋር እየተደባለቁ የራሳቸው የሆነ ሕይወት ፈጥረዋል። በአንዳንድ ታሪኮቿ ላይ የጥቁር አንበሳ ትምህርት ቤት አስተማሪዎቿ አሜሪካ ተጉዘው፥ የአሜሪካ ትምህርት ቤት አስተማሪዎቿ ደግሞ ጥቁር አንበሳ እየተገኙ ታሪኮቿን ባሕር ተሻጋሪና ዓለም አቀፍ አድርገውባታል።

ዋሺንግተን ዲሲ ከሚገኘው አሜሪካን ዩኒቨርሲቲ የሳይኮሎጂ ዶክትሬት ዲግሪዋን አግኝታ በአዕምሮ ሕክምና

ተቋም ውስጥ የስነ ልቦና ዶክተር ሆና ትሰራለች። ታካሚዎቿ በብዙ አይነት የአዕምሮ ጭንቀቶች ተወጥረው እርዳታ የሚሹ፥ በተለያየ እድሜና የሕይወት ዘርፍ የሚጓዙ ሰዎች ናቸው። ብዙ አዳምጣና ትንሽ ጠይቃ የታካሚዎቿን የሕይወት ፈተናዎች በአዕምሮዋ እየሳለች መፍትሄ ከራሳቸው እንዲመነጭ ትመራቸዋለች። ጭንቀታቸውን አብርዳ፥ ለፍርሀታቸው ገደብ አበጅታ የብቸኝነት ስሜት ያሸከማቸውን ሕመም ተካፍላ ትሸኛቸዋለች።

መክሊት የራሷ የሆኑ ብዙ የሕይወት ጥያቄዎች አሏት። የምትኖርበት ኅብረተሰብ ከሰላሳ ሁለት ዓመት ሴት የሚጠብቀውን የሕይወት መንገድ አለመከተሏ እና የማግባት፥ ቤተሰብ መስርቶ ልጆች የማፍራት እቅድ አለመጀመሯ ያሳስባታል። ግን ደግሞ የመንገዱን ትክክለኛነት ሙሉ በሙሉ አምና አልተቀበለችውም። የእኔ የምትላቸው ልጆች ባይኖሯትም እነሱ ግን የእኔ የሚሏት የምትወዳቸውና የምትረዳቸው ቤተሰቦች አሏት። ስለዚህ በዕውቀት የበለፀገው አዕምሮዋ ምንም ያልጎደለባት መሆኗን ያመለክታታል። ግን መጉደሉን እንደ ጥያቄ የሚያመነጨው የአዕምሮዋ ክፍል ጊዜ እየመረጠ ብልጭ ይልባታል።

በፈጣን ኑሮና በውድድር የተጨናነቀው የአሜሪካ ሕይወቷ ወንዶች ሳይጠጓት ከሩቅ በሚያዩት ብቻ ፈርተው እንዲሸሿት አድርጓቸዋል። ትምህርቷ፥ ዕውቀቷና ከታካሚዎቿ ያካበተችው የሕይወት ልምድ ብዙ ወንዶችን የበታችነት ስሜት እየፈጠረባቸው ሸሽተዋታል። በቂ የወንድ ጓደኞች

አሏት ግን ለፍቅር የተጠጓት በጣም ትንሽ ናቸው፤ በሰበብ በአስባቡ ሸርተት እያሉ ይርቋታል። የደሞዟ ከፍ ማለት፥ ቁምነገር አዘል አነጋገሯ፥ አመዛዛኝ የዓለም እይታዋና ዕውቀቷ የሰጣት በራስ መተማመን ብዙ ወንዶች ከሚያስቡት ባህላዊ የሆነ የሚስትነት መስፈርት አርቀው አስቀምጠዋታል። የኑሮ ስኬቷን ተቋቁሞ የሚያፈቅራት ሰው መጥፋቱ ተስፋዋን አጨልሞ ያለችበትን የሕይወት መንገድ ወስኖባታል።

ዕውቀቷ ሳያስደነግጠውና የድካሟ የውጤት ከፍታ ውስጡን ሳያሳንሰው ደፍሮ ለሚጠጋት ወንድ ሙሉ እሷነቷን እና የፍቅር ስጦታዋን ልትለግሰው ገና ከአሁኑ ወስናለች። እቅፍ አድርጎ ሰውነቷን ደስ በሚል የፍቅር ስቃይ የሚያጨናንቀው፤ ካለችበት ውስን ልማድ አውጥቶና ስሜቷን ገፍቶ የሚያስነሳ ወንድ በመተዋወቅ ምኞት ራሷን ታታልላለች። ያም ሆኖ በዚህች ገሀድ ዓለም ውስጥ እየኖረች ማንነቷን ሳይረዳ የሚቀርባት ሰው ማግኘት እችላለሁ ብላ ማሰቧ ሕልም እንጂ ለእውነት ቅርብ አለመሆኑን በውስጧ ታውቀዋለች።

ትምህርት፥ ዕውቀት ፍለጋና የታካሚዎቿ ችግሮች ያጨናነቀው አዕምሮዋ ከቀን ወደቀን በሐሳቧ እየተጣበበ የእሷን የሕይወት ጥያቄዎች አቀጨጫቸው። መኖራቸውንም የምታስታውሰው ከቤተሰብ በሚሰነዘሩ ጥያቄዎችና ከጓደኞቿ በሚወረወሩ አሽሙር አዘል አስታያየቶች ነው። ከብዙ ዓመታት ትዕግስት በኋላ እረፍት ለማድረግ እና ራሷን ከነዚህ ጥያቄዎች ለማሸሽ ረዘም ያለ የእረፍት ጊዜ ለመውሰድ ወሰነች። አዕምሮዋ ውስጥ ከተንሸራሸሩት ለእረፍት አመቺ

ከመሰሏት ቦታዎች ውስጥ የትውልድ ሀገሯ ኢትዮጵያ ሄዳ የማረፍ ጥቅሙ ጎልቶ ታያት። ደብዝዞ የሚታያት የልጅነት ትዝታዋ፥ መልካቸው ጠፍቶ ስማቸውን ብቻ የምታስታውሳቸው ጓደኞቿና የልጅነት ጊዜዋን ያሳለፈችበት ሀገሯ ፊቷ ላይ ድቅን እያሉ ውሳኔዋን አፀደቁላት።

ለጉዞዋ ዝግጅት የሚረዷት ቁሳቁሶች፥ ለድንገተኛ በሽታ መከላከያ መድሐኒቶች፥ ለሞቃታማ አየር የሚሆኑ ልብሶች፥ ለእግር ጉዞ የሚመቹ ጫማዎች ገዛች። በተጨናነቀው አዕምሮዋ ውስጥ ለጉዞዋ ዝግጅት የሚሆን ቦታ ሰፍራ ለሥራ ሐሳቦቿ ገደብ ሰራችላቸው። የበረራ ጊዜዋ እየተቃረበ ሲመጣ ከጉጉትና ከፍርሀት የሚመነጩ ስሜቶች እየተደባለቁ ከመጠን በላይ ደስታና ከሚያስፈልጋት የላቀ እንድትዘጋጅ አደረጓት። ፍርሀቷን ተቋቁማ፥ ተቀባይ አዘጋጅታ፥ ሻንጣዋን አስጭናና ቤተሰቦቿን ተሰናብታ በልጅነት ዓይን ብቻ ወደምታውቃት የትውልድ ሀገሯ ኢትዮጵያ ልትበር ተሳፈረች።

የኢትዮጵያ አየር መንገድ አስተናጋጆች መስተንግዶና እንክብካቤ ገና አየር ላይ እንዳለች ሀገሯ የሚጠብቃትን ፍቅርና ትህትና በትንሹ አሳያት። እሷ በፈገግታዋ ለታማሚዎቿ ምቾት እንደምትሰጠው ሁሉ አስተናጋጆቹም በፈገግታቸው ፍራቻዋን በመጠኑም ቢሆን ከፊቷ ላይ አረገፉት። በስልኳ ላይ ያሉትን ለስላሳ በመሳሪያ ብቻ የተቀነባበሩ ሙዚቃዎች ካዳመጠች በኋላ ፊት ለፊቷ ካለው ቴሌቪዥን ውስጥ ካሉት ፊልሞች መርጣ “ኢንዱራንስ” የሚለውን የሯጩን የኃይሌ ገብረሥላሴን ታሪክ የሚያትተውን ፊልም አስጀመረች።

ከቴሌቪዥኑ ጋር እንደተፋጠጠች የአሜሪካን የአየር ክልል አልፋ አትላንቲክ ውቅያኖስን ማቋረጥ ጀመረች።

አብራሪው የአውሮፕላኑን ከፍታና የአየሩን ሁኔታ ተናግሮ "መልካም ራት" ብሎ አስተናጋጆቹ እያቀረቡ ያሉትን ምግብ ለተሳፋሪዎቹ ጋበዘ። ከቀረበላት የምግብ ዝርዝር ዶሮ በሩዝና ቀይ ወይን ጠጅ መረጠች። የኃይሌ ገብረሥላሴን የልጅነት ፈተናዎች እና የመንፈሱን ጥንካሬ እያደነቀች መመገቧን ቀጠለች። የራት መስተንግዶው አልቆ እቃዎች እንደተነሳሱ ለቀናት የተጠራቀመው የድካም ስሜት የዓይኖቿን አቅም ቀነሰባት። ፊቷን በአንገት ልብሷ ሸፈን አድርጋ የዓይኖቿን ትግል አቁማ ለድካሟ ምርኮኛ ሆነች።

ከእንቅልፏ ነቅታ የቀራቸውን የበረራ ጊዜ ስትመለከት ምን ያህል ደክሟት እንደነበር ተረዳች። ወደ አዲስ አበባ ለመድረስ የቀራት ከአራት ሰዓት ያነሰ ጊዜ ብቻ ነበረ። ከመቀመጫዋ ተነስታ እግሮቿን አፍታትታ እና ፊቷን ታጥባ ስትመለስ ከፊትለፊቷ ካለው መቀመጫ ኪስ ውስጥ የተወሸቀውን የአየር መንገዱን መጽሔት "ሰላምታ"ን አውጥታ ማገላበጥ ጀመረች። ስለ ደቡብ ኦሞ የተጻፈው ትንተና ቀልቧን ስቦ ቦታውንና ባህሉን የመጎብኘት ሐሳብ ጫረባት።ያነበበችው ጽሑፍ ያልተወሳሰበና ከተፈጥሮ ጋር የተደማመጠውን የኦሞ ሰዎች ሕይወት በውስጧ ሳለላት። ጠልቃ የምታውቀው የእሷና የታካሚዎቿ ኑሮ ተቃራኒ ሆነባት።

የመጀመሪያውን ገጽ አንብባ ጨርሳ ስትገልፅ የአዲሱን

ገጽ ግማሽ የያዘውን ፎቶ ተመለከተች። ጽሑፉን ሳታነብ ፎቶውን ብቻ ለደቂቃዎች ተመለከተችው። አንዲት መልከ መልካም የበና ወጣት ማማ ላይ ቆማ የማሽላ ማሳ ስትጠብቅ የሚያሳየው ፎቶ በሐሳብ ጭልጥ አድርጎ ወሰዳት። ፎቶው ላይ ያለችውን ልጅ ከእግር እስከ ራሷ ማጥናት ጀመረች። ፀጉሮቿ መክሊትን ባልገባት ሁኔታ ቀልተው ታዩዋት። ከወገቧ እስከ ጉልበቷ ድረስ በጨሌ ቀበቶ በታሰረ ቆዳ ቀሚሷ ተሸፍኗል። አንገቷ ላይ ታስሮ እስከ ወገቧ በከፊል የሸፈናት በነጭ ዛጎል የተዋበና በብዙ ቀለማት ዶቃ ያሸበረቀ ቆዳ ነው። ጉች ጉች ያሉት ወጣት ጡቶቿ በቀኝና በግራ አፈንግጠው ወጥተዋል። ፈገግ ያለው ፊቷ መፋቂያ የነከሱትን ነጭ ጥርሶቿን ወለል ብለው እንዲታዩ አድርጓቸዋል።

መክሊት ዓይኖቿን ከፎቶው ላይ አንስታ ከበታቹ የተጻፈውን ጽሑፍ ማንበበ ጀመረች። ስለ ባህሉ ማተት የቀጠለው ጽሑፍ ፎቶው ላይ ስላለችው የበና ወጣት በዝርዝር አለመናገሩ አናደዳት። ግን በፎቶው ላይ ባየችው ምስል ብቻ ተነሳስታ የራሷን ሕይወት እንድትዳስስ አደረጋት። የልጅቷ የአለባበስ ነፃነትና ፊቷ ላይ የሚነበበው በራስ መተማመን ከማስገረም አልፎ ወደ ቅናት የሚያመዝን ስሜት በውስጧ ፈጠረባት። መክሊት እንኳን ደረቷን ከፍታ አይደለም የጡቶቿ ጠርዞች በጃፖኒ ስስ ሸሚዟ ክፍተት ውስጥ ቢታዩ የሚያደርስባትን የሥራ ችግር አሰበች። እንደ በናዋ ወጣት ሰውነቷን ከተፈጥሮ ጋር አዋህዳ ራሷን ሳለች። ለስላሳ አየር በሚስጥር ገላዎቿ ውስጥ በግላጭ ሲንሸራሸር፥ ከማሽላ ግንድ ጋር እየታከከች ቅጠሎቹ ሙሉ ሰውነቷን ሲዳስሷት፥ በቀይ አፈሩ ላይ በባዶ

እግሮቿ እየተራመደች ትናንሽ ጠጠሮች በእግር ጣቶቿ ውስጥ እየገቡ ሲኮረኩሯትና የተጎነጎነው ፀጉሯ በንፋስ ሲተራመስ በውስጧ ተሰማት። በሰመመን ውስጥ ሆና የቀኝ እጇን ሌባ ጣት ፎቶው ላይ እንዳየችው የበና ወጣት መፋቂያ በጥርሶቿ ነከሰችው። ይህንን የማታውቀውን ዓለም መጎብኘት ለሷ ብቻ ሳይሆን ለምትረዳቸው ታካሚዎች ሊጠቅም የሚችል ልምድ የምትቀስምበት መሆኑን ተረዳች። በውስጧ ደቡብ ኦሞን ለመጎብኘት ወሰነች።

መጽሔቱ ላይ ካየቻቸው ማስታወቂያዎች መርጣ የኦሞ ጉዞዋን ሊያሳኩላት ይችላሉ ብላ ካመነችባቸው የአስጎብኚ ድርጅቶች ውስጥ የሁለቱን መረጃ በስልኳ ፎቶ አንስታ ያዘች። የመጀመሪያ ምርጫዋ ግን ጋዲ አስጎብኚ ድርጅት መሆኑን እራሷን አሳመነች። ጋዲ አስጎብኚ ድርጅት የበና ተወላጅ በሆነች ሴት አስጎብኚ የሚመራ ብቻ ሳይሆን የመስጣትን የበና ወጣት ፎቶግራፍ አንሺ ጉብኝት ያሳካለት ድርጅት መሆኑን ከንባቧ ተረድታለች። ለፎቶ አንሺው ያደረጉለትን መስተንግዶ ለሷም እንደሚያደርጉላት በተስፋ ተሞላች።

ዓይኗን ጨፈን አድርጋ ውሳኔዋን እያጣጣመች እያለች የአውሮፕላኑን ዋና አስተናጋጅ ድምፅ ሰማች። አዲስ አበባ የማረፊያ ጊዜ ተቃረበ። አስተናጋጆቹ እየተዘዋወሩ ተሳፋሪዎች የተጠቀሙባቸውን እቃዎች መሰብሰብ ጀመሩ። የደስታና የጭንቀት ስሜቶች በውስጧ ተደባልቀው ትርጉም የሌለው የሰውነት መርበትበት ፈጠሩባት። ዓይኖቿ አይዞሽ ባይ ፍለጋ ይመስል በቅርብ ያሉትን ተሳፋሪዎች መቃኘት ጀመሩ። እጆቿ

ካለ ምንም ዓላማ በፍቃዳቸው እየተንቀሳቀሱ ከቁጥጥር ወጡ። መናገር ስትፈልግ ቃላት እየደጋገመች የሚሰሟትን ሰዎች ግራ አጋባቻቸው።

ታካሚዎቿ ላይ የምትጠቀመውን የስነ ልቦና ማረጋጋት ዘዴ የራሷን ሰውነት ለማብረድ ተጠቀመችበት። ትንፋሿን ዝግ አድርጋ የልቧን ትርታ አበረደችው። ሰውነቷን እያዳመጠች ከአደጋ ነፃ መሆኑን ጊዜ ወስዳ አረጋገጠችለት። ደስታን ብቻ ነጥላ እያስተናገደች በውስጧ የነበረውን ግዙፍ ጭንቀት ጊዜ ነሳችው። አውሮፕላኑ መሬት ከመንካቱ በፊት ዓይኖቿን፥ እጆቿን፥ እግሮቿን መልሳ ለአዕምሮዋ ሙሉ ታዛዥ አደረገቻቸው።

ብቸኛ ሻንጣዋን ይዛ ከተቀበለቻት የልጅነት ጓደኛዋ ጋር ከአየር ማረፊያው ግቢ ስትወጣ ያየችው የእግረኛ ብዛትና የከተማዋ ገፅታ ቀስ በቀስ ውስጧ ያሉትን ትዝታዎች መፈንቀል ጀመሩ። የጓደኛዋን የማያልቁ ጥያቄዎች እየመለሰች ዓይኖቿን በየአቅጣጫው ወርውራ የቻለችውን ያህል ተመለከተች። ያለቁና ገና የተጀመሩ ፎቆች፥ መንገዱ ላይ ያሉትን ሰዎች፥ የከተማዋ ሁካታ፥ የትራፊክ መብራቶች፥ ጥቅጥቅ ያሉ የንግድ ማስታወቂያዎች፥ የመንገድ ላይ ለማኞችና ከሩቅ የሚታዩት የቡና ቤት ሠራተኞች ያደመቋትን አዲስ አበባ ከቅዳሜ ጠዋት ቀዝቃዛ አየሯ ጋር እየደባለቀች ለአዕምሮዋ ማቀበሉን ቀጠለች። ከሰዓታት በኋላ የጊዜ መዛባት ድካም ዓይኖቿ እንዳይገለጡ፥ አዕምሮዋ በትክክል እንዳያስብ፥ ቃላቷ እንዲንተባተቡና እረፍት እንድታደርግ አስገደዷት።

ኩናን ፍለጋ

በሚቀጥሉት አምስት ቀናት የመክሊት የፈዘዙ የአዲስ አበባ ትዝታዎች በባህል ቤት ጭፈራ፥ በቡና ቤት መስተንግዶ፥ በኤነሪኮ ቦቅሰኛ፥ በመኮንኖች ባቅላቫ፥ በመንገድ ላይ ትርምሶች፥ በልጅነት አስተማሪዎቿ ጨዋታዎችና በጓደኛዋ የማስታወስ ብርታት እየደመቁ መጡ። አዲስ አበባ የገባች እለት የተሰማት የፍርሀት ስሜት በድፍረትና በደስታ ሙሉ በሙሉ ተተካ። ለራሷ በገባችው ቃል መሰረት ጋዲ አስጎብኚ ድርጅት ደውላ ወደ ቢሯቸው አመራች። የድርጅቱ ዋና አስጎብኚ ጋዲ ቦዶ የመክሊት አይነት ፍላጎት ብዙውን ጊዜ ከፈረንጆች የምትሰማው እንጂ ከአበሻ ሴት የምትጠብቀው ስላልነበረ አስገረማት። ደጋግማ የኦሞ አካባቢ ባህሎችን እያብራራችና ፎቶዎች እያመላከተች የመክሊትን ውሳኔ ጥንካሬ ገመገመች። ቶሎ የሰው ሐሳብ የሚገባት መክሊት ጋዲ ከሚያስፈልጋት በላይ የውሳኔዋን ፅናት በማያወላውሉ ቃላት አረጋገጠችላት። ጋዲ መክሊት ካሰበችበት ቀን አንድ ቀን አስቀድመው ቢጓዙ ስሌ መንደር የሚደረገውን የአይከን የከብት መዝለል ዝግጅት መከታተል እንደሚችሉ ነገረቻት።

መክሊት አዲስ አበባ ይዛ ከገባችው ሻንጣ ውስጥ ለትንሽ ቀናት ብቻ የሚያስፈልጓትን ልብሶች፥ ለድንገተኛ የያዘቻቸውን መድሐኒቶች፥ ለፀሐይ መከላከያ የሚረዱት ቅባቶችና ለተባይ ማባረሪያ የሚረጩ መድሐኒቶችን በትንሿ የእጅ ሻንጣዋ ውስጥ ያዘች። ከጋዲ ጋር በተቃጠሩበት ቀንና ሰዓት በአዲስ አበባ ቦሌ የውስጥ በረራ ማረፊያ ተገናኝተው የአንድ ሰዓቱን የጂንካ በረራ ጀመሩ። አውሮፕላኗ ከመሬት ተነስታ አየር ላይ መንሳፈፍ እንደ ጀመረች ጋዲ የመክሊት ጉጉት ያዘነበባትን ጥያቄዎች በትዕግስትና በደስታ መመለሱን ጀመረች።

"ስምሽ ደስ ይላል!" ብላ የጋዲን ስም አደነቀች። ጋዲ ከፈረንጆች ከለመደቻቸው የወሬ ማጣፈጫ ጥያቄዎች አንዱ የስሟ ጉዳይ ስለሆነ መልሷ የማታስብበትና የተዘጋጀ ነበር። በበና ቋንቋ ጋዲ ማለት አንድ አስቸጋሪ ላም ስትታለብ እንዳትፈራገጥ ሸብ የምትደረግበት ገመድ ነው። ታዲያ ይሄ ስም የተሰጣት በልጅነቷ ወተት በጣም ትወድ ስለነበረ ታልቦ በሾረቃ እስከሚቀርብላት አትጠብቅም ነበረ። ገና ላሟ እየታለበች እያለች ከኋላ እግሮቿ ስር ገብታ አፏን ወደ ላሟ ጡት ትደቅን ነበረ። የላሚቷን ደግነትና የህፃኗን የዋህነት ያዩ አያቷ ጋዲ ብለው ሰየሟት። መክሊት የወደደችው የጋዲ ስም የአመጣጡ ታሪክ ከመጠን በላይ አሳቃት።

የ70 ደቂቃዋ በረራ ተጠናቃ ጂንካ ባኮ አየር ማረፊያ ሲደርሱ ደመና አልፎ አልፎ ጣል ጣል ያለበት ጥርት ያለ ሰማይ በትንሹ በሚነፍስ ንፋስ ታጅቦ ጠበቃቸው። መክሊት ከአዲስ አበባ ስትሳፈር ቁርስ ስላልበላች ከአውሮፕላኑ ቶሎ ወርዳ ምሳ የምትበላበት ደቂቃዎች ናፈቋት። ከባኮ አየር ማረፊያ ሲወጡ ከተቀበላቸው የጋዲ አስጎብኚ ድርጅት ሹፌር ጋር ሰላምታ ተለዋውጠው ወደ ቁርስ ቤት በፍጥነት እንዲወስዳቸው ቀልድ ባዘለ ትእዛዝ ነገሩት።

ሹፌሩ የጋዲን ምርጫ ጠንቅቆ ያውቅ ስለነበር አንድም ጥያቄ ሳይጠይቅ ወደ "ቤሻ ጎጆ ምግብ ቤት" መንዳቱን ጀመረ። ቤሻ ጎጆ ከምግባቸው መጣፈጥ እኩል በአትክልቶች የደመቀው ግቢያቸው ማማር፥ አብሮ ለመብላት አመቺ የሆኑት ጠረጴዛዎች፥ የነፃ ዋይፋይ፥ የማንጎና የፓፓያ ጭማቂያቸው እና የጀበና ቡናቸው

ለብዙ እንግዶች ምርጫ እንዲሆን አብቅቶታል። መክሊት የቤሻ ጎጆን ግቢ በሮች እንደገባች ለጀበና ቡናው ቀረብ ያለውን ጠረጴዛ ከበው ከተቀመጡት ቀያይ ወንበሮች አንዱን ስባ ቁጭ አለች። የቀረበላትን የምግብ ዝርዝር የያዘ ወረቀት ስታነብ ጋዲና ሹፌሩ ወረቀቱን በጃቸው እንደያዙ "ዛሬ ምን ምን አለ?" ብለው አስተናጋጇን ጠየቋት። የአስተናጋጇ ትንተና ለደንበኛ የተቃኘ ይመስላል። ትኩስና ዛሬ በጥሩ የተሰሩትን ምግቦች አስቀድማ የተረፉትን "ሌሎችም አሉ" ብላ ደመደመቻቸው።

ጋዲ ትኩስ የድስት ሽሮ ከቃሪያ ጋር አዘዘች። ሹፌሩ በእንቁላልና በማር የተደባለቀ ፈጢራ አምጎ ከሚበላበት ሻይ ጋር አዞ አስተናጋጇን በዓይኖቹ ወደ መክሊት ሸኛት። አንብባ ያልጨረሰችው መክሊት በነጋዲ ፍጥነት ተገርማ በስስት አመለካከት እርዳታ ጠየቀች። "ከአበሻ ምግብ የፍየል ጥብስ ወይም የአሳ ክትፎ ከፈረንጅ ደግሞ የበግ አሮስቶ ጥሩ ይመስለኛል" ብላ ሌሎች ሰዎች ለማስተናገድ የቸኮለችው አስተናጋጅ የመክሊትን ምርጫ አጠበበችላት።

ምሳ በልተውና አንዳንድ ሲኒ የጀበና ቡና ጠጥተው ሲጨርሱ ሁለት ሰዓት የሚፈጀውን የቱርሚ መንገድ ጀመሩ። ከጂንካ ብዙም ሳይርቁ ካይሳ መንደር ቆመው የካይሳን የቅዳሜ ገበያ ጎበኙ። ካይሳ ቀበሌ የአሪ ጎሳ ሰዎች የሚኖሩባት ሰፈር ስትሆን ከማጎ ብሔራዊ ፓርክ በስተሰሜን የምትገኝ መንደር ናት። ጋዲ የብዙዎቹን መንደሮች የገበያ ቀን ስለምታውቅና የባህሉን ዝግጅቶች ቀድማ ስለሰማች የመክሊትን የጉብኝት ቀኖች አመቺ እንዲሆኑ አድርጋ አስተካክላቸዋለች። የካይሳ

ቀበሌ ገበያ ሙሉ በሙሉ በአሪ ጎሳ አርሶ አደሮች ምርት እንደ ማሽላ፥ በቆሎ፥ ማንጎ፥ ፓፓያ እና ዘመን አመጣሽ በሆኑ ደማማቅ የቻይና ጨርቃጨርቆች ያሸበረቀ ነው። ጋዲ ለጉዟቸው የሚሆን አንድ አንባዛ ሙዝ ለመግዛት ስትቆም በአሪ ሰዎች አለባበስ የተደመመችው መክሊት አንዴ በካሜራዋ ውስጥ አንዴ በዓይኖቿ እያፈራረቀች ማየቷን ቀጠለች።

በጂንካ የበግ አርስቶ የተደለደለው የመክሊት ሆድ ሁለት የካይሳ ሙዝ ሲጨመርበት የድካም ባንዲራውን አውለበለበ። የደቡብ ኦሞ መንገድ የተማረከ ሰውነት አግኝቶ አይደለም በቡና የነቃ አዕምሮና በዳጣ የተለበለበ ምላስን እንኳን አብርዶ እሹሩሩ እያለ ወደ እንቅልፍ የሚሸኝ እናት ነው። ከኋላ ሆነው የጥያቄ እሩምታ ይተኩሱ የነበሩት የመክሊት ከንፈሮች ከካይሳ ተነስተው ቱርሚ እስከሚደርሱ ድረስ አንድም ቃል ሳይተነፍሱ ዝም አሉ። ሹፌሩ እንቅልፍ የጣላትን መክሊትንና ወደፊት የምታስተናግዳቸውን እንግዶቿን ቀጠሮ የምታስተካክለውን ጋዲን ይዞ ቱርሚ ፓራዳይዝ የእንግዳ ማረፊያ ከአሰቡት ሰዓት ትንሽ ዘግይቶ ከምሽቱ አንድ ሰዓት ከአስር ደቂቃ ሲል ደረሰ።

ጋዲ ለመክሊት የያዘችላትን ክፍል ቁልፍ ከአስተናጋጇ ተቀብላ እስክትመለስ ድረስ ሹፌሩ የመክሊትን ሻንጣና ከመንገድ የተረፉትን ሙዞች አውርዶ ጠበቃት። የፓራዳይዝ ጎጆዎች ከውጭ ሲታዩ ወደ ሰማይ ሊወረወር የተቀባበለ ቀስት ይመስላሉ። መሬቶቻቸው በሲሚንቶ ወለል የተደለደሉና ጣራዎቻቸው በሳር ክዳን ያማሩ ንፁህ ክፍሎች ናቸው። መክሊት ክፍሏ ውስጥ ትንሽ ካረፈች በኋላ ራት ለመብላት ወደ እንግዳ ማረፊያው ምግብ

ቤት ሄደች። ጂንካ ጋዲና ሹፌሩ ምሳ ሲያዙ እንዳየችው የምግብ ዝርዝሩን በእጆቿ እንደያዘች አስተናጋጇን ስላሉት ምግቦች ጠየቀችው። የዶሮ ጥብስ፥ ከሞሪንጋ ጎመንና ከቅቅል ድንች ጋር በልታ ስትጨርስ ቀኗን በሞቀ ሻወር ለመደምደምና ውሎዋን ማስታወሻዋ ላይ ለመከተብ ወደ ክፍሏ ሄደች። ማስታወሻ ደብተሯን ከፍታ እዚህ ያደረሳትን ጉዞ ከአጀማመሩ አንስታ በሐሳቧ ስታብላላ በተቀመጠችበት እንቅልፍ ጭልጥ አድርጎ ወሰዳት።

ጋዲ ለመክሊት ያወጣችላት ፕሮግራም የተለያዩ የሀመር መንደሮች አስጎብኝታት ስትጨርስ ወደ ቀይ አፈር ተጉዘው በበና ጎሳ ስሌ መንደር የሚደረገውን የአይከን የከብት መዝለል ዝግጅት ለመከታተል ነው። ጋዲ እራቷን ከመክሊት ጋር በልታ ስትጨርስ ፓራዳይዝ ሆቴል ካረፉት እንግዶችና በሥራ ከምታውቃቸው አስጎብኚዎቻቸው ጋር ቁጭ ብላ ስትጫወት የሰማችው ጥሩ ዜና ለነገ ውሏቸው አንዱ ክፍል እንዲሆን አቀደች። ዛሬ በሀመር መንደር ወኛረኪ የተደረገ አንድ የከብት ዝላይ እንደነበረና እሱን አስመልክቶ ነገ ኢቫንጋዲ (የማታ ጭፈራ) እንደሚደረግ አወቀች። ጋዲ በመክሊት እድለኛነት እየተደሰተች ቆይታ ታጥባ ለመተኛት ወደ ክፍሏ ሄደች።

ባህላዊ ምግቦች፥ የፈረንጅ ምግቦች፥ ፍራፍሬ፥ ጭማቂና ቡና ፓራዳይዝ ከሚቀርቡት የቁርስ ምግብ አይነቶች በትንሹ ናቸው። መክሊት ድካሟ ወጥቶላትና ተጣጥባ አዲስ እንደ ተሟሸ ሸክላ በቅባት ተብረቅርቃ ወደ ቁርስ ክፍሉ ስትመጣ ጋዲና ሹፌሩ ቁጭ ብለው ይጠብቋታል።

ቁርስ ከበሉ በኋላ በአዲስ መልኩ በተቀነባበረው ፕሮግራም መሰረት ወደ ካሮ መንደር የሚወስደውን መንገድ ጀመሩ። የካሮ ጎሳ በሰው ብዛት ትንሽ ሲሆኑ ከኦሞ ወንዝ ደቡብ ምሥራቅ በሚገኝ ቦታ ላይ ከሚኖሩት የኦሞ ብሔረሰብ አንዱ ነው። የአካባቢው ነዋሪዎች የሚታወቁት በጀግንነትና በአሳ ማጥመድ ሲሆን እንደ መክሊት ላሉ ጎብኚዎች ግን የረቀቀ የሰውነት ላይ መሳል ችሎታቸው ይማርካቸዋል።

መክሊት በካሮ መንደር ያየችውን የኦሞ ወንዝ ገፅታ መጥገብ አቃታት። አንዴ ፀጉሯን ጎንጉና፥ አንዴ በትናው፥ አንዴ ቁጭ ብላ፥ አንዴ ዛፍ ተደግፋ፥ አንዴ ዛፍ ላይ ወጥታ፥ አንዴ የካሮ ልጆች አቅፋ ፎቶ ስትነሳ ቆየች። ጋዲ ለብዙ እንግዶቿ ከመምጣታቸው በፊት የሚያስፈልጋቸውን ብቻ ነግራቸው ሌሎቹን ነገሮች እቦታው ደርሰው ሲያዩት የሚያገኙትን ደስታ ትወደዋለች። መክሊትን ቀልድ በተቀላቀለበት በኃይል ጎትታ አንድ ጎጆ ቤት በር ላይ ከተቀመጠው ትልቅ ድንጋይ ላይ ቁጭ አደረገቻት። በእድሜው ከ15 የማይበልጥ ወጣት መክሊት ፊት ድቅን ብሎ ከጎኑ ካስቀመጠው የጭቃ ቀለም በቀኝ እጁ እያጠቀሰ የመክሊት የደነገጠ ፊት ላይ መሳል ጀመረ። ጋዲ መክሊት ፊት ላይ ባየችው ድንጋጤ እያረፈች እያረፈች ሳቋን ለቀቀችው። በካሮ አፈርና በወጣቱ ችሎታ የተዋበው የመክሊት ፊት ወደ ማኅበረሰቡ ባህል በትንሹ ቀረብ አለ። መክሊት ለአዲሱ ገፅታዋ ማስታወሻ ይሆን ዘንድ በፊት እንዳደረገችው አንዴ ፀጉሯን ጎንጉና፥ አንዴ በትናው፥ አንዴ ቁጭ ብላ፥ አንዴ ዛፍ ተደግፋ፥ አንዴ ዛፍ ላይ ወጥታ፥ አንዴ የካሮ ልጆች አቅፋ ፎቶ መነሳቱን ቀጠለችው።

ጋዲ ቱርሚ ተመልሰው፥ መንደር ገብተው፥ ወደ ኢቫንጋዲ ሲሄዱ እንዳይረፍድባቸው አስባ የካሮ ቆይታቸውን ሰዓት ቆጠብ አድርጋ ወደ ቱርሚ ለመመለስ ጉዞ ጀመሩ። መክሊት ወደ ኢትዮጵያ ስትበር አውሮፕላን ላይ እንዳለች ታስቦ፥ ታቅዶና በተግባር የዋለው የደቡብ ኦሞ ጉዞ አጀማመር መልካምና በብዙ አዳዲስ እይታዎች የተሞላ ሆኗል። የስሜት ህዋሳቷ በሙሉ እንግዳ የሆኑ ስሜቶች እያስተናገዱና ቀስ በቀስ ሰውነቷን ካለችበት አካባቢ ጋር እያዋሀዱት ይገኛሉ። ያየቻቸው ሰዎች ከተቀቡት አስሌ (አፈር፥ ቅቤና እጣን ድብልቅ) የሚመነጨውን ልዩ ሽታ አፍንጫዋ እየለመደው ነው። እራሳቸውን ደፍነው እረፍት መውሰድ የማይችሉት ጆሮዎቿ የማይገቧትን ቋንቋዎች ቱርሚና ካሮ ባየቻቸው ሴቶች ሰውነት ላይ በታሰሩት ጌጦች ኳኳታ እያበዛ ቀልቧን ማረከባት። ዓይኖቿ ብዙ አዲስ ነገሮች አይተው ወደ አዕምሮዋ ማስተላለፉ እየደከማቸው በየሰዓቱ ሽፋናቸውን ከድነው እረፍት ይወስዳሉ። የመንካትና የመቅመስ ስሜቶቿ በትዕግስት ተራቸውን ይጠብቃሉ።

ምንም ነገር ነክቶት የካሮው ወጣት ያስዋበው ፊቷ እንዳይበላሽ ፀጉሯን ወደ ኋላ አስራና እጆቿን አስጠንቅቃ የሀመር ጎሳን አኗኗር ቀረብ ብላ ወደምታይበት ሎጅራ መንደር 11 ሰዓት ሲሆን ደረሱ። መንደሩ ውስጥ ከሚኖሩት የጋዲ ጓደኞች ቤት ሲገቡ መክሊት ልትቆጣጠረው ባልቻለችው ሳቅ ተወጠረች። ነገሩ ያልተገለፀላት ጋዲ ዓይኖቿን እያቁለጨለጨች የመክሊት የሳቅ ፍንጭ መፈለግ ጀመረች። “እዩ...እዩ... እዩ...” እያለች ከአንዲት ቡራቡሬ ላም ጎን የቆመች ህፃን ልጅ እያመለከተቻት ሳቋን ቀጠለች። በሳቋ መሀል እያመለጠ

"ጋዲ...ጋዲ...ጋዲ..." የሚል ቃል ይወጣል። መክሊት የጋዲ ስም እንዴት እንደወጣላት እያሰበች መሳቋ ሲገባት ጋዲም ህፃኗን አቅፋ እየሳመች የመክሊትን የሳቅ ድግስ ተቀላቀለች።

ካሮ እንዳደረገችው እዚህም ማስታወሻ ፎቶዎች ተነስታ ስትጨርስ የአኗኗራቸውን ሁኔታ ደጋግማ እየተመለከተች፥ የኑሮውን የነፃነት ሀብታምነት እያደነቀችና የጎደለ በመሰላት እያዘነች ከራሷ ጋር ተወያየች። የቤቱ አባወራ በግራ እጁ የያዛትን አንዲት የቀጭን ጭራሮ አናት በቀኝ እጁ በያዘው ስለት እየፋቀ እንደ መርፌ አሾለ። በሁለት ጎረምሶች ከተያዘው ቀይና ነጭ በሬ ጎን ጠጋ ሲል መክሊት የጋዲን እጅ ጭምድድ አድርጋ ይዛ ሁኔታውን መከታተል ጀመረች። ጋዲ በአሞ ብሔረሰቦች የተለመደውን በሕይወት ካለ ከብት ላይ ደም እንዴት በጥተው እንደሚጠጡ ልታሳያት ያቀናበረችው ፕሮግራም መክሊትን አስጨነቃት። ፊቷን በጨመደደች ቁጥር እጇንም እያጠበቀች ጋዲን አሳመመቻት።

ጋዲ ብዙ ዓመታት የምታውቀውንና እሷም ጠጥታው ያደገችውን የከብት ደም ጥቅም ለመክሊት በሚገባት ቋንቋ ለማስረዳት ሞከረች። ደሙ ውስጥ ያለው ፕሮቲንና ገምቢ ምግብ ብዙ ጠቃሚ ንጥረ ነገሮች ያካበተ መሆኑን አስረዳቻት። መክሊት ግን ጭንቀቷ ደም መጠጣቱ ብቻ ሳይሆን ከብቶቹ ላይ የሚደርሰው ስቃይም ነበረ። ጭንቀቷን በአንደበቷ አብራርታ ሳትጨርስ አባወራው ቀስቱን አነጣጥሮ ወርውሮ ከበሬው አንገት ላይ ካለው የደም ስር የሚያስፈልገውን ያህል ደም ቀድቶ ጨረሰ። የበሬውን የተበጣ አንገት በአፈር ደፍኖ ሲለቀው

ጭራውን እያወዛወዘ ከጓደኞቹ ጋር ተደባለቀ። መክሊት የበሬውን ደህንነት ስታይ በረጅሙ ተነፈሰች።

የፀሐይ ጥልቀት ከቀዩ የሀመር አፈር ጋር ተደርቦ የሚፈጥረው ድንቅ ድባብ ጥሩ ስሜት የሚለግስና ትንፋሽ የሚሰርቅ ውብ እይታ ነው። መክሊት በዓይኖቿ የምታየውን ውበት ለወዳጆቿ ለማካፈል የምትችለውን ያህል በካሜራዋ እየቀረፀች ወደ ወኛረኪ መንደር የኢቫንጋዲ ጭፈራ ለማየት ሄዱ።

ኢቫንጋዲ ዝላይ፥ የሰብል መድረስን ወይም የዝናብ ወቅት መገባደድን በማስመልከት ባላገቡ ወጣቶች የሚደረግ በመጠጥ የታጀበ ጭፈራ ነው። እነ መክሊት ወኛረኪ መንደር ሲገቡ ጭፈራው ተጀምሮ ሴቶቹ ወንዶቹን እየመረጡ ሲያስደንሱ ደረሱ። መክሊት ከዳር ቆማ ቅላፄ በሌለው ውዝዋዜና ጭብጨባ ለመመሳሰል ሞከረች። ከሚዘሉት ወንዶች መሀል አንዱ አይታ ወደ መክሊት አቅጣጫ እያየ በረዶ የመሰሉ ነጫጭ ጥርሶቹን ብልጭ ያደርጋል።

ለብዙ ደቂቃዎች ቆማ ካጨበጨበች በኋላ መክሊት የአይታ ፈገግታና የጋዲ ግፊት አደፋፍሯት የኢቫንጋዲን ጭፈራ ለመሞከር ጫማዎቿን ማውለቅ ጀመረች። አፈር ከነኩ ብዙ ዓመታት የቆዩት ለስላሳ እግሮቿ የበናን ቀይ አፈር ሲረግጡ ትኩስ ምጣድ ላይ እንደሚጋገር እንጀራ ጥርምስ... ጥርምስ... እያሉ ዓይን ማውጣት ጀመሩ። ከእግሮቿ የሚመነጨውን ውጋት ጉልበቷን በርከክ እያደረገችና ውይ! ውይ! ውይ!

እያለች አስታመመችው። አይታ ብድግ ብሎ ተንሳፎ በዝግታ መሬት ላይ ሲያርፍ የኢቫንጋዲ ጭፈራን ቀላልና የህፃን ጨዋታ ያስመስለዋል።

መክሊት እንደ አይታ ለመዝለል ስትሞክር ሰውነቷ ከመሬት ሳይነሳ ሐሳቧ ብቻውን ዘሎ ከአይታ እግሮች እኩል ተመልሶ መሬት ላይ ያርፋል። በሦስተኛ ሙከራዋ ትንሽ ከመሬት የተነሱት እግሮቿ ሲመለሱ ቦታቸውን ስተው ስትንገዳገድ ቀኝ እጇ በጀግንነቱ ከተነቀሰው የአይታ ደረት ላይ አረፈ። አይታ በግራ እጁ የመክሊትን ጀርባ ደግፎ በቦርዴ የጋለ ስሜቱ ስላደፋፈረው ደረቷን በቀኝ እጁ መዳሰስ ጀመረ። ሙቀት በሰውነቷ ሙሉ ተሰማት። ስሜቷ “ይደገም! ይደገም! ይደገም!” እያለ ሲጮህ የሚያንቀላፋውን ህሊናዋን ቀሰቀሰው።

ህሊናዋን አባብላና አስተኝታ የአይታ እጆች እንደ ለጋ በቆሎ የሚፈለፍለውን ሰውነቷን ማዳመጧን መረጠች። አይታ የመክሊትን ጀርባ እንደደገፈ ከጭፈራው ሜዳ ወደ ዳር ይዟት ወጣ። በኮከቦች ያሸበረቀው የወኛረኪን መንደር ጭለማ ተገን አድርጎ የሰውነት ክፍሎቿን እየመረጠ ሲዳስስ እነሱም በተራቸው መልዕክታቸውን እያራቡ ሙቀት ሲጨምሩባት፥ እሷም ህሊናዋን ‘ሽሽሽሽሽሽሽሽሽ’ እያለች ስትለምን፥ እሱም ለስላሳ እጆቿን በደረቱ ሰንበር ላይ ደግሞ ደጋግሞ ሲያንሸራሽራቸው፥ እሷም አቅም ያጡትን ጉልበቶቿን ስታጠነክር፥ እሱም እጆቹን ፀጉሯ ውስጥ ሲያተረማምስ፥ እሷም የጋለ ሰውነቷን እሱም የጋለ ስሜቱን ለማርካት ሲቅበጠበጡ የመጣበት አቅጣጫ ያልታወቀው የጋዲ ድምፅ ቀሰቀሳቸው።

ጋዲ ባህሉን ሳታውቅና ስሜታዊ በሆነ ውሳኔ ሊከተል የሚችለውን የጫካ ጉዞና ቀጣይ ክስተቶች ስለምታውቅ መክሊትን ከወደፊት ፀፀት አዳነቻት።

ጋዲ የተጎዳውን የአይታ ስሜትና በቦርዴ የራሰውን አንደበት ቀስ በቀስ በበንኛ ይቅርታ “እንታ ሴሲዲኔ” እያለች አቀዘቀዘችው። ለካሳ እንዲሆን አስመስላ ከነገ ወዲያ ሎጅራ መንደር ለመክሊት በሚደረገው የወጠሌ እራት ላይ ጋበዘችው። “ቅኸ” ብሎ መስማማቱን በአንድ ቃል ብቻ መለሰላት። ወጠሌ በኦሞ ብሄረሰቦች ደስታ ጊዜ የሚዘጋጅ የባህላዊ ምግብ አይነት ሲሆን ለየት የሚያደርገው የአዘገጃጀቱ ሁኔታ ነው። ነፃ ሆና ዛፍ ላይ ተንጠልጥላ ስትበላ ያደገች ፍየል ካረዱ በኋላ አራቱ እግሮቿን እና ጎድኖቿን ለየብቻቸው እንጨት ላይ ይሰካሉ። ሥጋውን የያዙት እንጨቶች በግራና በቀኝ መሬት ላይ ተቸክለው በመሀላቸው እሳት እየነደደ በነበልባሉ ወላፈን ብቻ ቀስ ብሎ እንዲበስል ይደረጋል። ተፈጥሮ ያጣፈጠውን ሥጋ በትንሽ ጨው አጉልተው በማሕበር ሲመገቡት ሳቅን፥ ደስታንና ጨዋታን ከሰውነት ውስጥ እየፈነቀለ ያወጣል።

መክሊት የመጀመሪያዋን የኢቫንጋዲ ምሽት ጨርሳና በአይታ የተማረከውን ሰውነቷን ይዛ ወደ ፓራዳይዝ እንግዳ መቀበያ ክፍሏ ተመለሰች። ሰውነቷን ታጥባና ትንሽ አረፍ ብላ ስትጨርስ ውሎዋን መመዝገብ ጀመረች። ሐሳቦቿን ወደ ቃላት እየቀየረች ስትጽፍ በየመሀሉ በሰመመን እንቅልፍ ሽልብታ ውስጥ ውልብ የሚሉትን የሕይወቷን ትርጉም ጥያቄዎች ታስተናግዳለች። የምትኖርበት ሀገር ማንነቷ ምንም

አይነት ተጽዕኖ ሳያደርግበት በድፍረት ስሜቷን ያነቃነቀውን አይታ አሰበች። ትምህርቷ፥ ሥራዋ፥ ዜግነቷና የመሳሰሉት መስፈርቶች እሱ ሚዛን ውስጥ የሚገቡ ነገሮች አልነበሩም። ለሱ ሰው መሆኗና መፈቃቀዳቸው በቂ መብት ሰጥቶት ነበረ። ከሷ አሳልፋ መሰረታዊ የሰው ልጅ ፍላጎቶችን እንደ አጨናናቂ ችግር እያሰቡ ሕይወታቸውን ያከበዱትን ታማሚዎቿን እያሰበች ራቷን ሳትበላ በእንቅልፍ ተሸነፈች።

ወደ ኢትዮጵያ ከመምጣቷ ትንሽ ቀናት በፊት እነ መክሊት መሥሪያ ቤት በተካሄደው ሴሚናር ላይ የተደረጉት ንግግሮች ሐሳቧ ውስጥ ብልጭ ብለው ከእንቅልፏ በጠዋት ቀሰቀሷት። ሕይወትን ቀለል አድርጎ መያዝ ምን ያህል የአዕምሮ መረበሽን እንደሚቀንስና ከምኞት የታጠረን ኑሮ ለይቶ ወደ ዓለማዊ እውነታ እንደሚቀይር ከተለያዩ ተናጋሪዎች ደጋግማ ሰምታለች። ገብቷትና አጨብጭባ ወደ ቢሮዋ ስትመለስ ግን የሰማችውን ወደ እውነታ መቀየር ያዳግታታል። “ቀላል ሕይወት ማለት ምንድነው?” ብላ ራሷን ደግማ ደጋግማ እንድትጠይቅ ያደርጋታል።

ከመጠን በላይ መፈለግን ገድቦ በራስ መተማመንን፥ ራስን በራስ መቻልን እና ባለን ነገር መደሰት መሰረታዊ መሆናቸውን አሞ ካየቻቸው ማኅበረሰቦ እየተረዳች መጣች። ሕይወታቸውን ከተፈጥሮ ጋር አጣምረውና በሕጓ እየኖሩ መክሊት በሳምንት ውስጥ የማትስቀውን ሳቅ እነሱ በሰዓታት ውስጥ ይስቁታል፥ እሷ በወር አንዴ ቤተሰቦቿን ስታገኝ እነሱ ቀን በቀን አብረው ከቤተሰቦቻቸው ጋር ጊዜ ያሳልፋሉ፥ እነሱ

ኮትኩተው ያሳደጉትን ማሽላ ሲበሉ እሷ በፋብሪካ ተቀምሞ ቶሎ እንዲበስል በኬሚካል የተወጋውን ስንዴ ትበላለች፥ እነሱ ደስታ ፈጥረው ሲደንሱ እሷ በሥራ ብዛት የደስታ ጊዜዎቿን ታጣብባለች። የሴሚናሩ ትርጉምና የተናጋሪዎቹ ቃላት ሕይወት ዘርተው ደቡብ ኦሞ ውስጥ እያየቻቸው መሰላት።

የኦይታ ጠንካራ እጆች ሲዳስሱት ያመሹት የመክሊት ሰውነት ጉዳት በማይመስል ደስ የሚል ሕመም ይጎረብጣታል። ውጋቶቹ ሁሉ ከየ ሰውነት ክፍሎቿ እኔስ በሚመስል ፋክክር ብሶታቸውን እያሰሙ ያሳለፈችውን የኢቫንጋዲ ጭፈራ መልሰው አዕምሮዋ ውስጥ እንድትስለው ይገፋፏታል። ከንፈሮቿ እንደተከደኑ ፈገግ እያለች እንዴት አድርጋ አሜሪካ ላሉት ጓደኞቿ ስለ ኦይታ እንደምትነግራቸው አሰበች። በደበዘዙት የልጅነት ትዝታዎቿ ስልችት ያላቸው ጓደኞቿ ይሄንን ታሪክ ሲሰሙ ምን ያህል እንደሚገረሙ ስታስብ ደስ አላት።

ትናንት ማታ የተከሰተው ሁኔታ በጋዲ ግምት ውስጥ የጣላት መስሏት እያፈረች ወደ ቁርስ መብያው አዳራሽ ሄደች። የበናዋ ተወላጅ ጋዲ በባህሉ ውስጥ ያደገች ስለሆነች እንደዚህ ያሉ ክስተቶች ምንም አያስደንቋትም። እንደውም ባህሉን ከማየት አልፋ በጭፈራቸው የተሳተፈች እንግዳ ስላላት ደስ ብሏታል። የፓራዳይዝን ጣፋጭ ቁርስ እየበሉ ጋዲ በተለመደው አሰራሯ መሰረት የቀኑን ፕሮግራም ዝርዝር በቀልድ እያዋዛች ለመክሊት ነገረቻት። የመጀመሪያ ጉዟቸው ኬንያ ጠረፍ ላይ የሚገኘው የኦሞራቴ አካባቢ መሆኑን ነገረቻት። ጋዲ ሌላውን ሚስጥር ደብቃ የመክሊትን አለባበስ አመቺ መሆኑን በልቧ ገመገመች።

ወደ ኦሞራቴ እየቀረቡ ሲመጡ ዳሰነች የምትባል መንደር እንደሚጎበኙ ስትረዳ የአየር መንገዱ መጽሔት ላይ ያየቻትንና የጉዞዋ መንስኤ የሆነችውን ወጣት የምታገኝ መስሏት ደስ አላት። ዳሰነች መንደር የኦሞ ወንዝን ተሻግረው የምትገኝ ትንሽ መንደር ነች። ትናንትና ካሮ መንደር ሆና ከሩቁ የወደደችውን ወንዝ ዛሬ በላዩ ላይ ልትሄድበት ነው። መኪናቸውን አቁመው በእግራቸው ወደ ወንዙ ጠጋ ሲሉ የመክሊት ዓይኖች እያዩ ያሉትን ማመን አቃታቸው። አንድ የኦሞራቴ ወጣት ልጅ ከቁመቱ ትንሽ የሚያንስ አዞ እንደ ዱላ አንገቱ ላይ ተሸክሞ ስታይ ፍርሃት በተሞላ አድናቆት ተደመመች።

የኦሞ ወንዝን የሚሻገሩት ከዛፍ ግንድ ተቦርቡሮ በተሰራ ቀጭን ታንኳ ነው። የታንኳው ትንሽነት የመክሊትን ድፍረት ፈተና ውስጥ ከተተው። ፈርታለች! ግን ደግሞ ሰዎች ተሳፍረው ወንዙን ሲያቋርጡ እያየች ነው። ጋዲ በሥራዋ ስትመላለስ የምታውቀውን ጎበዙንና ጠንቃቃውን ታንኳ ቀዛፊ መርጣ በፍርሃት የሚንቀጠቀጠውን የመክሊትን ሰውነት እየደገፈች በቅጠል ከተደለደለው የታንኳው ወለል ላይ ፊት አስቀመጠቻት።

በረጅም እንጨት የወንዙን ወለል እየገፋ ታንኳዋን ወደፊት የሚያስኬዳት ወጣት እንደ ኦይታ ቁመናው ያማረና ሰውነቱ በጡንቻ የጠነከረ ነው። ጋዲ ታንኳው ወደ መሀል ሲደርስ የኦሞ ወንዝ ውሃ ውስጥ ሁለት ጣቶቿን እየነከረች የናፍቆት የሚመስል ሰላምታ አቀረበች። የጋዲ እርጋታ ለመክሊት ድፍረትን ሰጣት፤ ጉዞውን ከፍራቻ ወደ ደስታ

ቀየረላት። የዳሰነችን መንደር ጎብኝተው ሲጨርሱ ለመሰነባበቻ ከመንደሩ ወጣት ሴት ልጆች ጋር የባህሉን ጭፈራ አብረው ጨፈሩ። የዳሰነች መንደርን ጉዞ በሁለት ቃላት "ድፍረትና ደስታ" ብላ በውስጧ መዘገበችው።

የነገ ፕሮግራም መክሊት በየመንደሩ ያየቻቸውን የልዩ ልዩ ጎሳ ሰዎች አንድ ላይ ተሰብስበው ሲገበያዩ የምታይበትን የቱርሚ ገበያን ያካትታል። ከበና፥ ኮንሶ፥ ሀመር፡ ካራና አሪ በሚመጡ ሰዎች ገበያው ይደምቃል። በሴቶቹ ሰውነት ላይ ያየቻቸውን ደማቅ የጨሌ ጌጦች ለመግዛትና አንገቷን፥ እጇንና እግሯን እንደእነሱ ለማስዋብ ቸኩላለች። መኪና ውስጥ የያዙትን ውሃ እየተጎነጩ ለአዳር ወደ ፓራዳይዝ ሆቴል መጓዙን ጀመሩ።

በማግስቱ ጠዋት የኦሞራቴ ጉዞ ድካማቸውን በጥሩ እንቅልፍ አክመውና ቁርስ በልተው ቱርሚ ገበያ ሲደርሱ ጋዲ እንደጠበቀችው ገበያው ሞቅ ብሎ አገኙት። መክሊት ገበያው ውስጥ የምታያቸው ሰዎች ኦሞ ከመጣች ጀምሮ ካየችው በላቀ ሁኔታ በተለያዩ የጨሌና የብረት ጌጦች አጊጠዋል። የሴቶቹ አንገትና ጆሮ በተመሳሳይ ዲዛይን በተሰራ ሀብልና የጆሮ ጉትቻ ተውቧል። ፀጉራቸው አዲስ በተቀባ አስሌ ቀይ ሆኖ ደምቋል።

ዓይኖቿ ከግራ በኩል መሬት ላይ የተደረደሩትን በቅል፥ በእንጨትና በጨሌ የተሰሩት ጌጣጌጦች ላይ አረፈ። ለጓደኞቿና ለሥራ ባልደረቦቿ የሚሆኑ ስጦታዎች ከገዛች በኋላ የማታ ወጠሌ ግብዣዋን እያሰበች የአይታን ዓይኖች ለመማረክ የሚረዷትን ጌጦች ገዝታ እንደቆመች አደረገቻቸው። ጋዲ

መክሊትን እያስቆመች ከተለያዩ መንደር ከመጡ ሰዎች ጋር ፎቶ እንድትነሳ አደረገቻት። ምሳቸውን ቱሪስት ምግብ ቤት የፍየል ጥብስ በልተው ቶሎ ወደ ፓራዳይዝ ሆቴል ተመልሰው ሄዱ።

ፀጉሯን በተቻላት መጠን እየቆጣጠረች ወደ ሀመሮቹ ፀጉር አይነት ጠጋ አደረገችው። ክፍሏ ውስጥ ያለውን መስታወት ተጠቅማ ቱርሚ ገበያ ከገዛቻቸው ጌጦች ጨምራ አንገቷ ላይ አደረገች። በውስጧም ወኛረኪ መንደር ኢቫንጋዲ ላይ ከአይታ ጋር ያሳለፈችው አጭር ጊዜ ተመልሶ ቢመጣ ምን ማድረግ እንዳለባት አሰበች። አሁንም ስሜቷ ፈቃደኛነቱን አሳወቀ! አዕምሮዋ በየመሀሉ ጥልቅ እያለ ይከሰታል ብሎ ባሰበው ሁኔታ ላይ ያለውን ተቃውሞ አሰማ። እነ መክሊት ከፓራዳይዝ ሳይወጡ እየጠለቀች ያለችው ፀሐይ የሀመር መንደርን እንደገና ደማቅ ቢጫና ቀይ ቀባችው።

ሎጅራ መንደር ወጠሌ ቦታ ሲደርሱ ህፃናት ልጆች ሲጫወቱ፥ ሴቶች ብቻቸውን ክብ ሰርተው በቀኝ በኩል፥ ሽማግሌ ወንዶች በግራ በኩል ካለው ዛፍ ስር ቁጭ ብለው ተመለከቱ። አይታ ቀድሟቸው መጥቶ ፍየሏን ከሚበልቱት ወጣት ልጆች ጋር ተቀላቅሎ በሥራ ይረዳቸዋል። ጋዲ መክሊትን አስከትላ በያሉበት እየቆመች በለዛ የተለወሰ ሰላምታዋን አቀረበች። ወጣቶቹ ሥጋውን ቆራርጠው እንጨት ላይ ከሰኩ በኋላ እሳት አንድደው መጥበሱን ጀመሩ። ያነደዱት እሳት አካባቢውን በመጠኑ ፈካ አደረገው።

የመክሊት ዓይኖች እሳቱን እያስተካከለ የሚያነደውን አይታ በስርቆት መከታተሉን ጀመረ። እስከ መፈጠሯ የረሳት የሚመስለው አይታ አንድ ጊዜም ወደሷ አቅጣጫ አላይ አላት። የባህሉ ሁኔታ ይሁን የሱ ኩራት አልገባ አላት። ግን ደግሞ ግብዣው “በኔ ሰበብ መሆኑን አውቆ መጥቶ እንዴት ሊረሳኝ ይችላል?” ብላ ምክንያቱን ወደ ባህል ልዩነት ገፋችው።

ሥጋው በስሎ መብላት ከመጀመራቸው በፊት ከሽማግሌዎቹ አንዱ መመረቅ ጀመሩ። በቅል ከተሰራው ሾረቃ ውስጥ ያለውን ጠጅ ፉት እያሉና ወደሚመርቁት ሰው እንትፍ እያሉ በሀመርኛ ምርቃቱን አዘነቡት። ወደ መልክሊት ዞረው እንትፍ ሲሉ አይታ የጠጅ ፍንጣቂ የተረጨበትን የመክሊትን ፊት አይቶ ፈገግ አለ።

መክሊት ሽማግሌው ያሉትን ለመረዳት በጣም ስለፈለገች በጋዲ በኩል አስፈቅዳ ወደ ተቀመጡበት ዛፍ ጠጋ አለች። ጋዲም የመክሊትን ጥያቄዎች እያስተካከለችና ባህላዊ ለዛ እያላበሰች የተሰበሰቡት ሽማግሌዎች የሚሰጡትን መልስ ወደ አማርኛ ተረጎመችላት። ከራሷም ዕውቀት ጨምራ ስለ ኮከብ ቆጠራ፥ በሽታና የዝናብ ጊዜ የመተንበይ ችሎታቸው አጫወተቻት። በመሀል አይታ የታረደችውን ፍየል አንጀት ይዞ ወደ ትልቁ ሽማግሌ ጠጋ አለ። እሳቸውም አንጀቱን በእጃቸው ነካ ነካ እያደረጉና የመክሊትን ዓይን በአትኩሮት እያዩ በሀመርኛ ለትንሽ ሰከንዶች አውርተው ዝም አሉ።

ጋዷ አንዴ ፀጉሯን አንዴ ዓይኖቿን እየዳበሰች ሽማግሌው የተናገሩትን “ልተርጉም? አልተርጉም?” በሚል ውሳኔ ተወጠረች። “ብነግራትና ውሸት ቢሆንስ?” ብላ ራሷን ጠየቀች። ሽማግሌው የተናገሩት መክሊት ሥራ በሚያጋጥማት ጭንቀት ምክንያት እየታመመች ያለችው ከባድ የራስ ምታት በሽታ እንዳለባት ነው። ጠዋትና ማታ በራስ ምታት መድሐኒት የምታስታምመው በሽታዋ አዲስ አበባ ከገባች በኋላ አንዴም አልተሰማትም ነበር። መክሊት የጋዷን ጭንቀት ተረድታ ሽማግሌው ያሉትን እንድትነግራት ገፋፋቻት። ስትነግራት የተናገሩት እውነት መሆኑን አረጋግጣ የሽማግሌውን ችሎታ አደነቀች።

የመክሊት ልብ ጣል ጣል ባደረጋት በአይታ ሐሳብ ስለተጠመደ ሽማግሌው የተናገሩት ብዙም አልረበሻትም። አይታ በወላፈን ተጠብሶ ለመመገብ የደረሰውን የፍየሏን ግራ እግር ከነ ተሰካበት እንጨት ይዞ ሽማግሌዎቹ ጎን መሬት ላይ ሰካው። አሁንም ስጋውን ለሽማግሌዎቹ ሊያደርስ በመክሊት ጎን ሲያልፍ ፈገግ እንኳን ሳይል ፊቱን እንዳኮሳተረ ነው። ተስፋ ቆረጠች። ደግማ እንኳን ለመሳሳት እድሉን አልሰጥ አላት። ወጤ አልቆ ሽማግሌዎች ወደ ቤት ሲገቡ የምሽት ጭፈራ ኢቫንጋዲ ጀመረ። ነገር ግን አይታ መክሊትን ችላ ብሎ ከሌሎች የሐመር ቆነጃጅት ጋር ሲጨፈር አመሸ። እንደተከፋች የምሽቱ ዝግጅት አለቀ፤ ቅር እንዳላትም አደረች።

የዛሬ ጠዋት የመክሊት ሁኔታ ካለፉት ቀናት የተለየ ነው። ቁርሷን እንኳን ለመብላት ፍላጎቱ አልነበራትም። የአይታ

ቸልተኝነት ከደስታዋ ለይቷት ፌቷን የይሉኝታ ፈገግታ ወርሶታል። ነገሩ የገባት ጋዲ ከፊት ለፊታቸው የሚጠብቃቸውን የአይከን የከብት ዝላይ ዝግጅት ታላቅነት በተለመደው ለዛዋ አስረዳቻት። እሱ አልሰራ ሲላት ዝላዩን ሊመለከቱ ስሌ መንደር ሲሄዱ በበረራዋ ላይ ያየቻትን የበና ቆንጆ ኩናን የማግኘት እድላቸው በጣም የሰፋ መሆኑን ነገረቻት። ፌቷ በራ! እውነት! እውነት ! እውነት! እንደ ትንሽ ልጅ በአንዴ ተታለለች!

እስከ አሁን እንዳየችው የደቡብ ኦሞ ብሔረሰቦች በባህላቸው የሚኮሩና ሰው ከልባቸው የሚወዱ ሕዝቦች ናቸው። ነገር ግን አስመስሎ የሚቀርባቸው ሰው ሲቀየሙም እስከ ጥግ ነው። የመክሊት ሕይወት ከነሱ ሕይወት ጋር ሲተያይ ርቀቱ በኪሎ ሜትር ብቻ ሳይሆን በሐሳብም የመሬትና የጨረቃን ያህል ልዩነት አለው። በእነሱ እውነታ የተፈጥሮ አምልኮት፥ ልማድ፥ በኅብረት መኖር እና ግልፅ የሥራ ክፍፍል ሕይወትን ቀለል እንድትል አድርጓታል። የመክሊት ሕይወት ውስጥ ግን በሳይንስ የተደገፉ፥ በምክንያት መኖርና ወደፊት የመራመድ ምኞት የሚያሳድረው የአዕምሮ ጭንቀት አለ። እነሱ ለችግራቸው ከተፈጥሮ ተማክረው በምትለግሳቸው ፀጋ ራሳቸውን ይፈውሳሉ። መክሊት የአዕምሮ ታካሚዎቿን በንግግር ታክማለች ካልሆነም ደግሞ ሳይንሳዊ መድሐኒት ታዝላቸዋለች። እነሱ በሷ ሕይወት ተገርመው ይሆናል እሷ ግን በነሱ ሕይወት ቀንታለች! በፍቅራቸው የሷን ፍቅር ከተኛበት ቀስቅሰውላታል። ከአኗኗራቸው ተምራለች።

ብዙ ጊዜ ሐሳቦች ወደ ቃላት ተለውጠው በአንደበት

ሲነገሩ ይዘታቸውን ቀይረውና ቀጭጨው ይወጣሉ። መክሊት የምታስበውን ሁሉ የአንደበት ቀረጥ ሳታስነሳለት ለጋዲ ብትነግራት በጣም ደስ ይላት ነበር። ነገር ግን አልሆነም። መግባባት የቻለችው በምታውቀው ቋንቋ ተወስኖባት የውስጧን ደስታና ቅሬታ በገሚስ አምቃዋለች። ጋዲ አዲስ አበባ ቢሮዋ ውስጥ በፎቶና በታሪክ ያስተዋወቀቻትን የከብት ዝላይ ዝግጅት ለማየት ወደ በና መንደር እየተጓዙ ስላለፉት ቀናቶች ተጫወቱ። አውሮፕላኑ ውስጥ ከሰላምታ መጽሔት ላይ ያነሳችውን የኩናን ፎቶ እያየች ስሌ መንደር ደርሳ ስታገኛት ምን እንደምታወራት በውስጧ አሰበች።

ስሌ መንደር ሲደርሱ ከዝላዩ በፊት የሚካሄዱት ጭፈራ፥ ገረፉና ፉከራ ፕሮግራሞች ተጀምሮ ደረሱ። ብዛት ያላቸው ወጣት ሴቶች እንደ ንብ መንጋ ተሰብስበው ከጉልበታቸው ዝቅ ብሎ ከታሰረው አልቦ የሚመነጨውን ድምፅ እየተከተሉ ይጨፍራሉ። አንዳንዶቹ ሴቶች ነጠል ብለው አርጩሜ ይዘው የቆሙት ወጣት ወንዶች ፊት ፉከራ በሚመስል ድምፅ ይጮኻሉ። ከብዙ ጩኸት በኋላ ወንዶቹ የያዙትን ልምጭ በሴቶቹ ትከሻ አሳልፈው ጀርባቸውን ይገርፏቸዋል። የአንዳንዶቹ ጀርባ ከብዙ መገረፍ ብዛት ደምቷል። መክሊት እንኳን በእውኗ ቀርቶ በቅዠትም አየዋለሁ ብላ የማታስበውን ነገር እያየች ነው። ከጋዲ ጎን ጎን ፍርሀት በሚመስል ቀስታ ወደ ጭፈራው ጠጋ እያለች ስለሁኔታው ለመረዳት ሞከረች።

በዝላይ ዝግጅት ጊዜ የወንዱ ቤተሰብ የሆኑት ሴቶች ለዘላዩና ለቤተሰቡ ያላቸውን ፍቅር ከሚያሳዩበት አንዱ

መንገድ ገረፉ ነው። የዘላዩን ጀግንነት እየፎከሩ፥ ሲያስፈልግም የገራፊዎቹን ናላ በስድብ እየበጠበጡ እንዲገርፏቸው ያስገድዷቸዋል። መክሊት እንደታዘበችው የብዙዎቹ ሴቶች ጀርባ የቆየ ግርፋት ሰንበርና የአዲስ ግርፋት ቁስል ይታይበታል። ከብዙ ሰዓት ጭፈራ በኋላ የተሰበሰቡት ሰዎች ሁሉ ወደ ዝላዩ ቦታ እየጨፈሩና እየፎከሩ ሄዱ።

አይከ የልጅነቱን ምሳሌ ትንሽ ቆዳ ትከሻው ላይ አንጠልጥሎ በሰልፍ ከተያዙት ከብቶች ፊት ቆሟል። እየሮጠ የመጀመሪያዋና ትንሿ ከብት ላይ ዘሎ ወጥቶ ሳይወድቅ በላያቸው ላይ እየተራመደ ሦስት ጊዜ ዘለለ። ጭፈራው ቀለጠ! ቤተሰቦቹ የጀግናውን የአይከን ከእኩሊ ወይም ያልዘለለ ወደ ማዛ ወይም የዘለለ ትልቅ ሰው ማእረግ በማየታቸው በጣም ተደሰቱ። መክሊትም ጠለቅ ብላ ያየችውን ማብላላት ጀመረች።

መጀመሪያ ስትመለከትው የዝላዩ ዝግጅት በጣም ኋላ ቀር ባህል መሰላት። ጋዲ ቀላል የሚመስለውን የዝላይን ውስብስብነት አስረዳቻት። የመንደሩ ሽማግሌዎች ዘላዩን ከበው የሕይወት ልምዳቸውን ሲያካፍሉትና ከሱ በፊት ከነበሩት አባቶች ጋር በመንፈስ አገናኝተው እነሱ ያሳለፉትን መንገድ ያሳዩታል። የእሱም ሆነ ቤተሰቦቹ ጥንካሬ በማኅበረሰቡ ውስጥ ያላቸውን ኃላፊነት ለመወጣታቸው ምስክርነት ነው። በዘመናዊው ሕይወትም ከመጣን ይህንን ያህል ትልቅ ፕሮግራም ለማዘጋጀት ምን ያህል ጥረት እንደሚያስፈልግ እንድታስብ ጠቆመቻት። መክሊት ጋዲ በሰጠቻት መንገድ አርቃ አስባና

ከማኅበረሰቡ ሽማግሌዎች ጋር በጥልቅ ተወያይታ የዝላዩን ሚስጥሮች በመጠኑ ተረዳች።

ተሰብስበው ከሚጨፍሩት ሴቶች ውስጥ አንዳንዶቹ የቅርብ ቤተሰብ ምልክት የሆነውን አዲስ የተቆረጠ ቅጠል እራሳቸው ላይ ሰክተዋል። ጋዲ ወደ ሴቶቹ ቀረብ ብላ የደስታቸው ተካፋይ መሆኗን ከነገረቻቸው በኋላ የመክሊት ስልክ ላይ ያለውን የኩናን ፎቶ እየዞረች አሳየቻቸው። ኩና በቅርብ አግብታ ወደ ሻባ መንደር መሄዷን ነገሯት። የኩና መታወቅ ጋዲን ቃል አክባሪ ስላደረጋት ከመጠን በላይ ተደሰተች። ወደ ሻባ መንደር ሳይመሽ ተጉዘው በዚች ሰዓት የመክሊት ደቡብ ኦሞ መገኘት መንስኤ የሆነችውን ኩናን ከነቤተሰቧ አግኝተው፤ መክሊትም ለቀናት ያጠናችውን ሰላምታ በስሜታዊ ማቀፍና በማልቀስ ብቻ ቀይራ ተለያዩ። የመክሊት የደቡብ ኦሞ ጉዞ በኩና ፎቶ ጀምሮ በኩና እቅፍ አለቀ። ይህ ነው የማትለው እርካታ መላ ሰውነቷን ሲወራት ታወቃት .... ደስታ በላዩዋ ላይ ዘነበ።

በምእራባዊው የስነ ልቦና ትምህርት የዓለም እውነት ናቸው ተብለው የሚታመንባቸውና እሷም በታካሚዎቿ ላይ የምትጠቀምባቸው የሕክምና ዘዴዎች ምን ያህል የባህል ተፅዕኖ እንዳላቸው በትንሹ ተረዳች። እሷ ለመረዳትና ለማዳን የምትተጋው ደዌዎቹ የያዟቸውን ሰዎች ሲሆን ከባህላቸውና ከተፈጥሮ ጋር ያላቸው ግንኙነት ብዙም አያስጨንቃትም። የዛሬ ውሎዋ የያንዳንዱን ታካሚ የሕይወት ራእይ ከተፈጥሮና ከሚኖሩበት አካባቢ ነጥሎ ማየት ትክክል መሆኑን እንድትጠራጠር አደረጋት። ለምሳሌ አንዲት የበና ወጣት በሕይወቷ ያጋጠሚትን

ችግሮች ብትጠቅስ አብዛኞዎቹ ምሳሌዎቿ የማኅበረሰቡን ችግሮች የሚገልፁና ከሌላው የበና ጎሳ ሰው ጋር የተመሳሰሉ ይሆናሉ። መክሊት በምታውቀው ዓለም ግን የእያንዳንዱ ሰው ችግር ጥልቅና ከሌላው ታካሚ ጋር በብዛት የማይመሳሰል ነው። ስለዚህ የስነ ልቦና ሕመም መፍትሄ በትምህርት እንደምታውቀው ዓለም ላይ ላሉ ሰዎች ሁሉ አንድ አይነት ሳይሆን ተፈጥሮንና አካባቢን ያገናዘበ መሆን እንዳለበት አመነች።

መክሊት የኩናን ፎቶ በሰላምታ መጽሔት ላይ ተመልክታ ነፃነቷን፥ በራስ መተማመኗን፥ ደስታዋንና ሕይወቷን የገመተችው ግምት በቀናት ውስጥ ባካበተችው የደቡብ ኦሞ ሰዎች አኗኗር ልምድ ዕውቀቷ አድጓል። በመክሊት ዓይን የኩና ሕይወት እሷን ከሚያስጨንቋት ሰው ሰራሽ ችግሮች የነፃና ከተፈጥሮ ጋር የተናበበ ነው። አውሮፕላን ውስጥ ሆና የተሰማት የቅናት ስሜት ከደስታ ጋር ተቀላቅሎ መልሶ በውስጧ ገዘፈ። ደጋግማ ኩናን አቅፋ፥ የደስታ እንባ ጠብታዎች ከሻባ መንደር አፈር ጋር አቀላቅላ፥ በኩና ሰበብ ያየቻቸውን ሕይወቶች ሁሉ በውስጧ አድምቃ ተለያዩ።

መክሊት ወደምትኖርበት ሀገር አሜሪካ ተመልሳ ከመጣች ከሦስት ቀናት በኋላ የእረፍት ጊዜዋ ስላለቀ ወደ ሥራ ተመልሳ ገባች። ለሥራ ባልደረቦቿ ያመጣቻቸውን ስጦታዎች ካሳለፈችው ጥሩ ጊዜ ታሪክ ጋር እያዳመቀች ሰጠቻቸው። ጊዜው ደርሶ የመጀመሪያዋ ታካሚ ኤሚ የአዕምሮ ጭንቀቷን ምንጭ የሆነ ችግሯን ለመክሊት እያለቀሰች ነገረቻት።

“እጮኛዬ ከሰዎች ጋር ስጫወት እየቀና ሕይወቴን በጠበጠው። መኪናዬን እየወሰደ አስቸገረኝ” ወዘተ...ወዘተ ... ወዘተ... የቁሳዊ ጥያቄዎች ተንጋጉ “ምን ትመክሪኛለሽ ?”

መክሊት ብትችልና ለኤሚ የደቡብ ኦሞ ጉብኝትን እንደ መድሐኒት ብታዝላት ደስ ባላት ነበር። ኤሚ በለቅሶ እያጀበች መስማት ላቆሙት የመክሊት ጆሮዎች በንብረት የታጠረውን ሰው ሰራሽ ችግሮቿን መተንተን ቀጠለች። የመክሊት አዕምሮ የሁለት ዓለም ልዩነት ባስነሳው የሐሳብ ሽኩቻ ምስቅልቅል እያለ ነበረ ... በሐሳብ መጓዝ ጀመረች ... ጅንካ ... ቱርሚ ... ካሮ ... ሀመር ... ወደ እነዛ ወደ ደጋጎቹ መንደሮች ...

የእትዬ ብርቄ ነጠላ

በ1970ዎቹ ለትምህርት የደረሰው ቦቾራ የሚኖርበትን ሰፈር የሚያውቃት በእናቱ ነጠላ ተከልሎ አጮልቆ እያየ ነበር። ሁለት የ16 ሉክ ደብተሮቹን ከአንድ እርሳስ እና ከአንድ ሰማያዊ ቢክ እስኪሪቢቶ ጋር በግራ እጁ ይዞ በቀኝ እጁ የናቱን ቀሚስ ጭምድድ አድርጎ ከጎናቸው ልጥፍ ይላል። እሳቸው በረጅም እግሮቻቸው ሲራመዱ የእሱ የቀኝ እግር ኋላ ከቀረው እግራቸው ጋር እየተጋጨ ጉዞውን ወደ ትምህርት ቤት ይቀጥላል። ታዲያ አብዮቱ እና የአብዮቱ ተቃራኒዎች ያተራምሱት በነበረው የነቦቾራ ሰፈር ውስጥ ለልጅ ዓይን የማይመቹ ክስተቶችን ማየት የየቀኑ እውነታዎች ነበሩ። እትዬ ብርቄ የልጃቸው ትምህርት እንዳይስተጓጎል በነጠላቸው ፊቱን ሸፍነው ቦቾራን በየቀኑ ትምህርት ቤት ያደርሱት ነበር።

የእትዬ ብርቄ ነጠላ ቀይ ቀለም ተንጠባጥቦበታል። ቀለሙ ከቀነሰው የነጠላው ውበት ይልቅ ተፈናጥቆ ነጠላቸው ላይ ያረፈበትን አጋጣሚ ስለሚያስታውሳቸው ለማስለቀቅ ብዙ ጥረዋል። የአብዮቱን መሪ ረጅም ንግግር ሊሰሙ በቀበሌ ሊቀመንበሩ ተገደው ወደ አደባባዩ ሄደው የነበረ ጊዜ የተከሰተ ነው። በበረኪ እና በእንዶድ አንዲሁም በድንጋይ ፈቅፍቀው ሊያስለቅቁት ቢሞክሩም ትንሽ ደብዘዝ ከማለት በስተቀር ፍንክች አላለም። ጓድ ሊቀመንበሩ ቀይ ቀለም በጠርሙስ ሞልተው የጠላትን ደም እንዴት ማፍሰስ እንዳለባቸው ለማሳየት ወርውረው ሲሰብሩ እትዬ ብርቄ ከፍንጣሪው ለማምለጥ ዞር ሲሉ ነጠላው ላይ ያረፉት አስራ ሰባት የቀይ ቀለም ነጠብጣቦች አይለቁም። መጀመሪያ የእውነት ደም ስለመሰላቸው በጣም ተረብሸው ነበር።

ሰልፈኞቹ ካኪ ቀለም ልብስ ለብሰው፥ ቀይ ኮፍያ አድርገው፥ የታላቁን መሪ የሌኒንን እና የጓድ ሊቀመንበርን ምስል አንግበው መፈክር እያሰሙ በጓዱ ፊት በመስመር ሰልፍ ሲያሳዩ እትዬ ብርቄ የነጠላቸውን ደም ለማስለቀቅ እየፈተጉት ነበረ። የጓዱን ረጅም ንግግር ጨርሰው ወደ ቤት ሲመለሱ ቦቸራ በነጠላ መነፅሩ ያይ የነበረውን ደም እናቱ ላይ ሲያይ ደንግጦ ነበረ። እናቱ የተጎዱ መስሎት እንባ ተናነቀው። ፀሐይ ያጠቆረውን ፊታቸውን በፈገግታ ትንሽ ፈካ አድርገው የቦቸራን የሀዘን ስሜት ወደ ጨዋታ ቀየሩት።

እትዬ ብርቄ እንደ ለመዱት ሰኞ ጠዋት የቦቸራን ፊት በነጠላቸው ከልለው ወደ ትምህርት ቤት ሲሄዱ አንድ

የሰፈራቸውን ወጣት ልጅ ሬሳ ቆሻሻ ከሚወርድበት ቦይ ውስጥ ወድቆ አዩት። በድንጋጤ ወደ ሬሳው ጠጋ ሲሉ የቦቸራን ዓይኖች ለመጀመሪያ ጊዜ ሬሳ ቁልጭ ብሎ እንዲያዩ ዳረጋቸው። ድንጋጤያቸው በረድ ሲል የቦቸራን ፊት መልሰው በነጠላቸው ሸፍነው ወደ ቤታቸው ተመለሱ። የቦቸራ የልጅነት አዕምሮ ለዘላለም የሚቆይ መጥፎ ትዝታ ታተመበት።

በሚቀጥሉት ቀናት ደርግ፥ ኢሕአፓ፥ መኢሶን፥ አብዮት ወዘተ... ወዘተ... እየተባለ ሲወራ የቦቸራ አዕምሮ እየዘለለ የባለ ጎፈሪያሙ መልከመልካም የሰፈራቸው ወጣት ሬሳ ምስል ላይ ያርፋል። ልክ እንደ ብዙሀኑ የዘመኑ እናቶች እትዬ ብርቄም የህፃን ልጃቸውን ዓይኖች እና ጆሮዎች ከጊዜው ሁካታ በእናትነት ስስታቸው እና በስስ ነጠላቸው ከልለው ለማሳደግ ሞክረው ነበረ። ነገር ግን የዘመኑ ትርምስ ወጣቶችን እየረፈረፈ፥ እናቶችን እያስጨነቀ፥ አባቶችን እያሳሰረ እግረ መንገዱን ቦቸራና እንደሱ ያሉ ታዳጊ ልጆች አዕምሮ ውስጥ የማይጠፋ የጭንቀት ጠባሳ ትቶ አልፏል።

የእትዬ ብርቄ ነጠላ ስስ ነው። የቦቸራን እይታ አደበዘዘው እንጂ ዓይኖቹን ከጊዜው መከራ አላዳናቸውም። የሞቱት ወጣቶች የዚችን ዓለም ኑሮ ሳያጣጥሙ ተቀጥፈዋል። ‘ሞት እና ሟች ስለማይገናኙ’ እንዲሉ እንደ ቦቸራ ዓይኖች ብዙ ያዩት ግን ሞትን በአካል ደግመው ደጋግመው አግኝተው የዓለም ኑሯቸውን ቀጥለዋል። እትዬ ብርቄ ልጅ ወልደው፥ አሳድገው በዝብርቅርቅ ሀገር ላይ ለወደፊት ትውልድ መማር ተጨንቀዋል።

የእናቱ የእትዬ ብርቄ ነጠላ ወፍራም አለመሆኑ ልጅነቱን ጎድቶታል፤ ስስ መሆኑ መከራን አሳይቶ አሳቢ፥ ሩህሩህ፥ ለሰው አዛኝ፥ አገሩን የሚወድ ትልቅ ሰው አድርጎታል። ቦቸራ ከተወለደ ጀምሮ ሀኪም ሆኖ ህመምተኞችን ማከም እስከ ጀመረበት ጊዜ ድረስ አባቶች እና እናቶቻቸው ተረሽነውባቸው መንገድ የወደቁና አያቶቻቸው የሚያሳድጓቸው የልጅነት ጓደኞቹን ሲያይ እድሉን ያመሰግን ነበር። ጠንካራዋ እናቱ ዓይኖቹን በነጠላ ከልለው እንዳሳደጉት ትዝ ይለዋል፤ የልጅነት ልቡን በውሸት መከለላቸውን ግን ካደገ በኋላ የሰማው አዲስ እውነቱ ነው። በልጅነቱ ሰፈር ውስጥ ወድቆ እንዳየው የወጣት አስከሬን ተረሽኖ ለመቃብር እንኳን ያልበቃውን የአባቱን ሚስጥር ሲያውቅ ትዝታዎቹ ተመልሰው እንደ ትኩስ መርዶ አንገበገቡት። እሱ የወጣቱን አስከሬን በልጅነት ዓይኑ እንዳየው ሌሎች ህፃናት የእሱን አባት ወድቆ ያዩት እየመሰለው ያባትተዋል።

የእትዬ ብርቄ ነጠላ ከብዙ አገልግሎት በኋላ ቀለሙን ቀይሮ የራሱ የሆነ መልክ ይዟል። የስፌቱ ክር እየለቀቀ ከሦስት ባላነሱ ቦታዎች የተቀደዱ የሚመስሉ ክፍተቶች ፈጥሯል። የሀዘን ነጠላ የሚያስመስለው ጥቁሩ ቀለም የበዛበት ጥለት በብዙ መታጠብ ተጎድቶ ቀለሙን ለውጧል። በየጊዜው ሲገረሙ አፋቸውን የሚሸፍኑበት የነጠላው ጫፍ ሳይቀር በልዞ እየለቀቀ ካለው ጥለት ጋር ተመሳስሏል። ነጠላው ቦቸራን ከወለዱ ጀምሮ ከትከሻቸው ላይ የማይለይ እና የሚወዱት የዘወትር ልብሳቸው ነው። ብዙ ስለሚለብሱት ፀሐይ ከጠለቀች በኋላ ከሩቅ ለሚያያቸው ሰው ሳይቀር በነጠላቸው እሳቸው መሆናቸው ያውቃል።

ቦቻራ አድጎ ትልቅ ሰው እስኪሆን ድረስ የተደበደበ፥ የተገረፈ እና አልፎ አልፎም በሥራው ምክንያት የሚያያቸው ሬሳዎች ዓይኑ በለመደው በነጭ ነጠላ አደብዝዞ ነው። የራሱን ሕይወት ሲጀምር በናቱ ነጠላ ውስጥ እያየ ያለፈውን ጊዜ ማጠንጠን ጀመረ። የጠፋውን የሰው ሕይወት ሲያስብ ለሟቾቹ ነፍስ እና በግፍ ደም ለታጠበው የሀገሩ አፈር አዘነ። ዛሬ እሱ ተምሮ ወገኑን ሲያክም ወደ ኋላ ተመልሶ እነሱ ሰፈር በነጠላ ተሸፍነው ያያቸውን ሬሳዎች ማስነሳት አለመቻሉ ራሱን አቅመ ቢስ አድርጎ ሳለበት። የሰውን ልጅ ጭካኔ ጥግ ያዩት ዓይኖቹ ዛሬ ወደ ደግነት መርተው ሰው የሚያክም እንጂ ደም የሚያፈስ ጨካኝ እንዳይሆን አድርገውታል። ቦቻራ በልጅነት በነጭ ነጠላ ተሸፍኖ ያደገባትን የታመመች ሀገሩን ዛሬ ነጭ ኮት ለብሶ እያከማት ነው።

ልቃቂት

የዕንባዋ ዘለላዎች የሐዘን ሥዕሎች እየሳሉ ፊቷ ላይ ኩልል ይላሉ። እንደምትጠልቅ ፀሐይ ዓይኖቿ እየፈዘዙ ጠብታዎቹ ግን እየጎሉ መጥተዋል። ለባይተዋር ታዳሚ በጣም አሳዛኝ ሆናለች፣ ፊቷ ሐዘን ተላብሷል፣ የአፍንጫዋ ቀዳዳዎች በጎርፍ ተጥለቅልቀዋል፣ እጆቿ ቤቷን እንደሳተች እርግብ ይርበተበታሉ፣ ጥርሶቿ ተሸሽገው ፊቷን ፈገግታ ነፍገውታል፤ የሚያምረው ጸጉሯ በጥቁር ሻሽ ታስሮ ውበቱ ተደብቋል። አይ ስቃይ! በአጠቃላይ በድንጋጤ የተዋጠችና ለሰቆቃ እጅ የሰጠች ምርኮኛ ምስኪን ሴት ሆናለች።

በድንገት ጸዳሏን ተመልክቶ ለደነገጠው ምትኩ ሻረው መስመር ይዘው የሚወርዱት ዕንባዎቿ እየቀሉ ለደመቁት ጉንጮቿ አመላካች ቀስቶች መስለው ታዩት።

ስቃይዋ ለእሱ ስሜት እርካታ የተቀነባበረ የመድረክ ትርኢት ሆነበት። ውስጡና ውጬ ተጣሉ። የልቡ ፈገግታ ፊቱ ላይ የሚታይ እየመሰለው ግንባሩን ጨምደድ በማድረግ የውጪ ገጽታውን ለማረም ሞከረ። ዛሬ ለስቃይዋ ተካፋይ መስሎ የወደፊት ደስታዋ ተቋዳሽ ምስሉን በውስጡ ሣለ። ያየው የቀን ሕልም የሰውነቱን ሙቀት ጨምሮ ብርዳማውን ምሽት ለሱ ብቻ ወደ የሚፋጅ ወላፈን ቀየረለት። ፈጣሪውን በድብቅ ለማመስገን ጭንቅላቱን ወደ ቀኝ ዘንበል አድርጎ በግራ ዓይኑ በከፊል የወጣችውን ጨረቃ ሰርቆ እያየ ፈጣሪውን አመሰገነ። ፈጣሪውም እፍ ብሎ እንደ አዲስ ሰው እንደሠራው ያህል ተሰማው። ስሟንም ጠይቆ እስከ ወዲያኛው በሷ ለመማል ራሱን አሳመነ።

ሊያባብላት ወሰነ። ደፍሮ የቀኝ እግሩን ወደሷ አቅጣጫ መራው። የግራ እግሩ አዛዥ ሌላ ሰው እስኪመስል ድረስ ትእዛዙን ናቀበት። የቀኝ እግሩን ቸክሎ እንደ ሕይወት አልባ ሬሳ ግራውን ሦስት ጊዜ ጎትቶ አስጠጋው። ግን ልቡን ብቻ ነጥሎ የሚሰማውን የወረርሽኝ ስሜት መቋቋም አቃተው።

ምትኩ ከሀገር ውጭ የሚኖር ሲሆን የሰፈሩ አድባር የሆኑት፣ የአዛውንቱ የአቶ ሻረው ደምሴ የበኩር ልጅ ነው። ከብዙ ዓመታት ቆይታ በኋላ ናፍቆት በርትቶበትና አቅም አስችሎት ቤተሰቡን ሊጠይቅ ወደ ትውልድ ሀገሩ የተመለሰ ዕድሜው በሰላሳዎቹ መሀል ያለ ሰው ነው። ሙሉ ሰውነቱ ሥጋዊ የምቾት ኑሮውን ይመሰክራል። ደንዳና በጡንቻ የዳበሩ እጆቹ፣ አብረው ስፖርት የሠሩ የማይመስሉት ቀጭን እግሮቹና ወንዳወንድ

ገጽታው በሱ እድሜ ካሉት ጓደኞቹ ጎላ ብሎ እንዲታይ አድርገውታል። የሐዘን ስሜት ከተሰማውና የመረረ ለቅሶ ካየ ቆይቷል። አዕምሮው የሐዘንን ድባብ ለማስታወስ ቢጥርም እውነታው እንደከበደው ያስታውቃል። በሰፈረተኛው ኡኡታ የበረገጉት ዓይኖቹ ከግራ ወደ ቀኝ - ከቀኝ ወደ ግራ እየቃኙ ስሜት የሌለው ተመልካች አስመስለውታል።

የአሜሪካ ኑሮው ለስላሳ ነው። እስከ ዛሬ የደረሳቸው ለቅሶዎች በይሉኝታ ተገፍቶ እንጂ ሚችን አውቆ ወይም ቤተሰብ ለማጽናናት እንዳልሆነ ተሰማው። በሕይወቱ የመረረ ሐዘን የገጠመው የእናቱ የወይዘሮ ጥሩነሽ መርዶ ቀን ብቻ ነው። "እሪ" ብሎ ጮሆ ከማልቀስ በባህል ልዩነት ተወስኖ፣ ሄዶ ከመቅበር በመኖሪያ ፈቃድ እጦት ታግዶ የመረረ የውስጥ ስሜት ማዕበል አስተናግዶ የሸኘው ሐዘን ነው። ይሄ ታሪኩ ከሚኖርበት ሀገር ሕዝብ የሞት ቀላል አቀባበል ጋር ተዋህዶ ማዘንን ብቻ ሳይሆን ማስመሰልንም ከውስጡ አደብዝዞታል።

እዛው በቆመበት ደካማ ያደረጉትን የሰውነት ክፍሎች እየለየ መኮነን ጀመረ። ዋናው መሪያቸውን አዕምሮውን ሳይቀር ራሱኑ ተጠቅሞ ለመቆጣት አሻው። የልቡ ትርታ መጨመር አበሳጨው። እጆቹን የሚያረጥበውን የላብ ምንጭ ረገመው። ሆዱ ውስጥ ባዶነት፣ እግሮቹ ላይ በድንነት እንዲሰማው የሚያደርጉትን መልዕክት አመላላሽ የደም ሥሮቹን ታዘባቸው። ሰውነቱ ሰውነቱን ከበደው!

የወጣቷ እንደ አዲስ ጩኸት መጀመር ካለበት ውስጣዊ ክርክር ፈንቅሎ ነቀለው። የከበቧት እናቶች የፍቅር ስሜት

የማያሾልኩ ጥቅጥቅ ያለ ጫካ መስለው ታዩት። ሆኖለት እንኳን እነሱን ቢያልፋቸው ከሰው ጉሮሮ መውጣቱ የሚያጠራጥረው ጬኸታቸውና አቅጣጫ ሳይጠብቁ የሚወራጩት እጆቻቸው እንደሚጎዱት ተሰማው። ዛሬ ገና ያያት፣ በመከራዋ ሁኔታ የማረከችው፣ ሰውነቱን ከፋፍላ በውስጡ ጦርነት ያስጀመረችው ይች ሴት ከጎኑ ቆማ የጨረቃን ያህል ራቀችበት፣ የፀሐይን ያህል አቃጠለችው። ግን መማረኩን ለመጥላት አቅም አነሰው።

የልጅነት ጓደኛው የበኃይሉ ድምጽ በግራ ጆሮው ገብቶ የደረቀውን ሰውነቱን ነዘረው። "ሹፌሩ" ብሎ ድሮ በሚጠራሩበት ቅፅል ስም በአንዴ ወደ ልጅነቱ መለሰው። የናፈቀውን ጓደኛውን ስላገኘ ደስ አለው። ከዛም በላይ ካለበት የስሜት ጦርነት እንደሚያወጣው እርግጠኛ ሲሆን ደስታው ይበልጥ ጨመረ። ዞር ብሎ ከጬኸት ባልተናነሰ ድምጽ ስሙን እየደጋገመ የለቅሶ ቤት ድባብ ያቀዘቀዘውን የበኃይሉን ሰውነት ደጋግሞ አቀፈው። የበኃይሉ የሹክሹክታ አነጋገር ያሉበትን ቦታ አስታውሶ ወንጀል እንደሰራ ያህል አስደነገጠው። "አይዞህ! አይዞህ!" እያለ ካረጋጋው በኋላ በኃይሉ ቀኝ እጁን እየጎተተ ወደ ትልቁ የውጪ በር አቅጣጫ ወሰደው።

የናፍቆት ጥማቸው ትንሽ በረድ ሲል ጓደኝነታቸው እንዲደክም ዋናው ተጠያቂ ማን እንደሆን ለመወሰን የየራሳቸውን ምክንያቶች ደረደሩ። የጊዜን ርዝመት እና የቦታን ርቀት በማያገናዝብ መልኩ በራሳቸው ጥፋት ላይ ብቻ ባተኮረ ወቀሳ ተገራረፉ። የሹፌሩ ቀልዶች፣ የበኃይሉ ወንድማዊ ጥበቃና ምክሮች፣ የሞቱት ጓደኞቻቸው ትዝታዎች በወቀሳ አዝመራ መሀል ብቅ እያሉ ስሜታቸውን ከደስታ ወደ ቁምነገር

ከዚያም ወደ ትካዜ እና ወደ ሐዘን አንሸራሸሩባቸው።

ምትኩ ወደ ቀልቡ መለስ ሲል ባለ ለቅሶዋ ወጣት ትዝ አለችው፣ ተመልሳም አዕምሮው ውስጥ ገዘፈች። የጓጓ ሳይመስል ገላጭ ጥያቄዎች በጨዋታ መሀል ጠብ እያደረገ ስለማንነቷ ከጓደኛው መረጃ ሰበሰበ። ስሟ ሰሚራ ነው ብሎ ጀምሮ የትውልድ ቦታዋን፣ የምትሰራበትን ቦታ፣ ጸባይዋን እያለ ቀስ በቀስ ዘረገፈለት። የአንድ ጥያቄው መልስ ግን የተራራ ያህል አስለከለከው። የሐዘኗ ምክንያት የባሏ የተዘራ ምንአሉ ድንገተኛ ሞት መሆኑን ሲሰማ ሰውነቱን ቀዘቀዘው። ካለሱ ፈቃድ ሲንቀሳቀሱ የነበሩት የሰውነቱ ክፍሎች ሁሉ ዝም አሉ። ለሟች ባሏ ከልቡ አዘነ! እድለኛነቱን እሷን በማግባቱ አወቀለት፣ ተለይቷት ስለሄደ አዘነለት። እሱ ቢሆን ሞትን አሸንፎ ከጎኗ እንደማይለያት በውስጡ አሳምሮ ለሳላት አምሳያዋ ማለላት።

“ልጄ! ልጄ! የኔ ሰው አክባሪ! እኔ ቆሜ አንተ ትሞት?” የሚሉ ድግግሞሽ ድምፆች እነ ምትኩ ወደ ቆሙበት በር አካባቢ ተሰማ። ከአቶ ሻረው ቤት በስተግራ ካለችው ቀጭን መንገድ ውስጥ አንድ ቀላ ያሉ እና አንድ ጠይም እናት ድምፃቸውን ከፊት አስቀድመው ብቅ አሉ። ቤቱ እንደገና በጩኸት ተደበላለቀ። ጩኸቱ ጋብ ሲል ኪሱ ውስጥ የሚያንጫርረው ስልክ እግሩን ነዘረው። ከበሩ ጎን እንደቆመ ስልኩን አንስቶ ግራ ጆሮውን በሌባ ጣቱ ደፍኖ ጮክ እያለ ማውራት ጀመረ። አቸኳኮሉና የቃላት ምርጫዎቹ ከጀመረ በቶሎ መጨረስ የማይችለውን ወሬ ለመጀመር አለመፈለጉን

ያሳብቁበታል። "እሺ! እሺ! ካርድ ሞልቼ ፍሪ ስሆን እደውልልሻለሁ" ብሎ መልስ ሳይጠብቅ ዘጋው።

ከጓደኛው ባገኘው አዲስ ጥንካሬ ታግዞ ወደ ለቅሶ ቤቱ ገባ። ሰሚራ ወደተቀመጠችበት አረንጓዴ የእድር ወንበር ጠጋ አለ። ለማፅናናት ቀኝ እጁን ሲዘረጋ የሰሚራ ግራ ትከሻ ቀኝ ብብቱ ውስጥ ውሽቅ አለ፤ እሱም ጨመቅ አድርጎ ያዛት። የቀኝ ጡቷ እንደናፋቂ ፍቅረኛ ከደረቱ ላይ ልጥፍ ብሎ ቀረ። የሐዘን ሽንፈቷ አድክሟት ቀና ብላ ጨማቂዋን ተው እንዳትለው አገታት። የእጆቹ ኃይል እንደ ተረገጠ ፊኛ በአንድ በኩል አጎድጉዶ በሌላ በኩል አሳበጣት። ከሐዘኗ ጨምቆ ሊያደርቃት እስኪመስል ድረስ ጥብቅ አድርጎ አቀፋት። የደም ዝውውሯ ተዛባ! ድምጿ ጠፋ! እንባዋ በስጋት ተለወጠ።

ሰሚራ በሰሜን ምሥራቅ ኢትዮጵያ ገዋኔ ከተማ ልዩ ስሟ አዲሷ ገዋኔ በምትባል አካባቢ ተወልዳ ያደገች ልጅ ነች። አባቷ አቶ ነሲር የተባሉ የማርና የቴምር ነጋዴ ናቸው። ብዙውን ጊዜያቸውን የሚያሳልፉት በአካባቢያቸው ባሉ ትላልቅ ከተማዎች ማርና ቴምር ለቸርቻሪ ነጋዴዎች በማከፋፈል ነው። የኮምቦልቻ ቁርስ ቤቶች የሳቸውን ማር ለፈጢራ መለወሻ፥ የመቀሌ እመቤቶች ሜስ ለመጥመቂያ፥ የደሴ ቆነጃጅት ለውበት ይፈልጉታል። ሰሚራ የልጅነት ጊዜዋን ያሳለፈችው ከታናሽ እህቷ ሶፍያ እና ከጓደኛዋ ከፌቨን ጋር በመሆን ከአዲሷ ገዋኔ ወደ አሮጌዋ ገዋኔ ከዚያ ሲያልፍ ኮረብታ ላይ ቁጭ ብለው የአያሉን ተራራ እየተመለከቱ የወደፊት ምኞታቸውን እየደጋገሙ በማውጋት ነው። አንድ ጊዜ

የወጣትነት ዕድሜ ገፋፍቷቸውና ለአካለ መጠን መድረሳቸውን ለራሳቸው ለማረጋገጥ ከቤት ፈቃድ ሳይጠይቁ ከገዋኔ ርቃ ወደምትገኘው ካዳባሳ ሐይቅ ያደረጉት ጉዞ ምን ያህል ቤተሰብ አስጨናቂ እና አደገኛ እንደነበረ ሦስቱም የማይረሱት ትዝታ ነው። በልጅነቷ በጣም የምታምር፥ ድንቡሽቡሽ ያለ ፊት ያላት ቀይ ነበረች። አንድ ቀን ፀሐይ ያደመቀው ፊቷን ለመሸፈን ከፌሽን የተበደረችውን የአንገት ልብስ ራሷ ላይ ጠምጥማ ያዩዋት የሰፈር አሮጊት "ልቃቂት" ብለው አብሯት ያደገውን ቅፅል ስም አወጡላት። ልቃቂት በህፃንነቷ የሰፈር ዓይን ማረፊያ፣ ለአቅመ ሔዋን ስትደርስ የገዋኔ ጎረምሶች ስሜት ፈታኝ እና የእናቶች የጥሩ ልጅ ምሳሌ ሆና ያደገች ተወዳጅ ናት።

ሰውነቷን ነቅነቅ በማድረግ ዓመታት የቆዩ የመሰሏትን የምትኩን እጆች አላላቻቸው። ከተጨነቀው ሰውነቷ ይበልጥ ምትኩ በተነፈሰ ቁጥር ጡቶቿን እየወጋ ስቃይ የሆነባት፣ ነፍሱን ይማረውና ተዘራ ከአስር ቀናት በፊት የሃያ አምስተኛ አመት ልደቷን ሲያከብሩ አንገቷ ላይ ያጠለቀላት የብር ሀብል ነበር። ዘጠኝ ቀን ካንገቷ ሳታወልቅ ያማረችበት፣ ጓደኞቿን ያስቀናችበት ሀብል ዛሬ ሌላ ትርጉም አዘለ። ለዘላለም የማታወልቀው የተዘራ ማስታወሻና ከጌጥነት በላይ ትርጉም ያለው ሀብል ሆነ። አፍንጫዋን እየዳበሰች ትከሻዎቿን እያነቃነቀች ከእቅፉ ነፃ ወጣች።

እሱ ባያውቃትም የቤት አከራይዋ የአቶ ሻረው ደምሴ ልጅ መሆኑን ከመምጣቱ በፊት በተናፈሱት ተባራሪ ወሬዎች ምክንያት ገምታለች። በመጣ በማግስቱ እንዲህ ያለ ገጠመኝ

በቁማቸው አባቱ ባወረሱት ቤቱ ውስጥ መከሰቱ አሳዘናት። ለአባቱ ቃል እንደገባችው ከተዘራ ጋር ሆነው ምትኩ የረሳትን አዲስ አበባን ሊያስጎበኙት እንደማይችሉ አሰበች፤ ብዙ ሳትቆይ በዚህ ጊዜ ይህን ማሰቧ አናደዳት። መምሸት የተፈጥሮ ሕግ ነውና ልክ እንደሌሎቹ የከተማው ቤቶች እዚህም መሸ። ፀሐይ ሰው ጎደለ ብላ ትንሽም ሳታንገራግር ጠለቀች። ተዘራ ዘመደ ብዙ ነው። ሰሚራ ከቦታዋ ሳትንቀሳቀስ ድንኳን ተጥሎ እንግዶች ሳይንገላቱ ማደሪያ ቦታቸውን ያዙ። ሰሚራም ከድንኳኑ በስተቀኝ በተዘረጋው ፍራሽ ላይ ወደቀች።

"እንግዲህ ክንፈ ሚካኤል ሩጫውን ጨርሶ ወደ አባቱ ቤት ሄዷል። ሐዘኑ÷ማልቀሱ ለእሱ ሳይሆን ለኛ ሰልፍ ላይ ላለነው÷ ሐጢአታችንን ተሸክመን መጠሪያ ሰዓታችንን ለማናውቀው ምስኪኖች ነው።" ብለው በነጋታው የቀጠለውን መሪር ለቅሶ ሊያቀዘቅዙ የሞከሩት የተዘራ ነፍስ አባት መምሬ ኃይለማርያም ናቸው። በሌሊት ማኅሌት ቆመው÷ ቅዳሴ እንደጨረሱ እህል እንኳን ሳይቀምሱ ነው የመጡት። "ፈጣሪያችን ትንሣኤና ሕይወት እኔ ነኝ፤ የሚያምንብኝ ቢሞት እንኳ ሕያው ይሆናል ብሏል እኮ።" ቆጣ ባለ ድምፅ ቀጠሉ! "ታዲያ ሐዘንን እንደዚህ ማማረር ተገቢ ነው? ይሄ ፈጣሪን ማስቀየም አይሆንም? አንቺስ" ብለው ወደ ሰሚራ እየተመለከቱ "ደረትሽን እንዲህ ማቁሰል!" ብለው ድንገት ዝም አሉ። ሐሳባቸውን መጨረሻ ቃል አጠራቸው።

መምሬ ኃይለማርያም የጎፋ ገብርኤል አገልጋይ እንዲሁም ለተዘራ የክርስትና ስሙን ያወጡለት አባት ናቸው። ተዘራ በአርባ

ቀኑ ክርስትና የተነሳው ቤተሰቦቹ በሚኖሩበት አጣዬ ከተማ ባለው ኤፌሶን ደብረ ፀሐይ ቅዱስ አማኑኤል ቤተክርስቲያን ነበር። ነገር ግን እሱም ሆነ ቤተሰቦቹ ክርስትና ስሙን በመዘንጋታቸው መምሬ ኃይለማርያምን በጣም አስቆጥቷቸው ነበር። ግን ከሃይማኖቱ ርቆ እንደነበረ ስለገባቸው መክረው፥ ጸሎት አድርሰው፥ ጠበል ረጭተው፥ ጽፎ እንዲያስቀምጥ በጨዋታ መልክ አስጠንቅቀው የቀኑን በዓል አመላክተው ክንፈ ሚካኤል ብለው ሰየሙት። ዛሬ ደግሞ ለክንፈ ሚካኤል ነፍስ ምህረት ጸለዩ።

የምኒልክ ሆስፒታል ሬሳ ምርመራ ክፍል የተዘራን አስከሬን መርምሮ የሞቱ ምክንያት የደረሰበት የመኪና አደጋ መሆኑን ወሰነ። በቅርብ ቀን ሳር ቤት ከሚገኘው የክብሮም መኪና አስመጪዎች የገዟት ቪትስ መኪና መሪዋ ከመዞሩ በስተቀር ምንም አይነት ችግር እንደሌላት ከአንድም ሁለት የሰፈር ሜካኒኮች መስክረው ነበረ። “ታድያ ምን ሆና ነው የመሿለኪያን የባቡር ሀዲድ ጥሳ፥ ከፊቷ መሬት እንደያዘች ከኋላዋ ብድግ ብላ እንደ ጅብራ ዛፍ የተተከለችው? ለተዘራስ ሕይወት መጥፋት ሰበብ የሆነችው?” እያሉ ድንኳን ውስጥ ጥግ ይዘው የተቀመጡት ሦስት ለቅሶ ደራሽ አዛውንቶች ይንሾካሾካሉ። የተዘራን አዲስ አሽከርካሪነት ደፍሮ ትንፍሽ ያለ አንድም ሰው ግን አልነበረ።

የሰሚራ እህት ሶፍያ የሰሚራን ትከሻ በእጆቿ ተመርኩዛ ከእግሮቿ በርከክ በማለት ያልተጠበቀ ዜና ሹክ አለቻት።

ሰሚራ ደነገጠች! ፊቷ ላይ የሚንሸራሸሩትን ሐሳቦች በዝምታ ስታዳፍናቸው እነሱ ሾልከው ሲያቃጥሏት ታዩ። ከለቅሶ ትንሽ እረፍት ያገኙት ዐይኖቿ ተመልሰው በእንባዋ ተሞሉ። ሶፍያ የነገረቻት የተዘራ ቤተሰቦች ግብአተ መሬቱ እትብቱ በተቀበረበት አጣዬ ከተማ ክርስትና በተነሳበት ደብረ ፀሐይ ቅዱስ አማኑኤል ቤተክርስቲያን ካልሆነ በሰሚራ ላይ እስከ መጨረሻው እንደሚያዝኑባት እንደነገሯት ነበር። እናቱ ርግማን ጨምረው ከማያሳፍራቸው አምላካቸው ፊት አደግድገው እንደሚከሷት አስረግጠው እንዳስጠነቀቋት አረዳቻት። ሰሚራ የማትጋፋው የሐሳብ ምጥ ያዛት። ጉልበቶቿን ከደረቷ አጣብቃ በሁለት እጆቿ አሰረቻቸው። ተዘራ በቁም እንደማይለያት ሲሞትም እንኳን አብሯት ለመቀበር እንደሚፈልግ የነገራት ትዝ አላት። "እምቢ" ማለት አስፈራት! የማታምንበት የአማኑኤል ታቦት ኃይል ገና ሳይረግሟት ተሰማት።

ምትኩ እንደ ጉዳይ አስፈፃሚ እየተንቆራጠጠ ባገኘው አጋጣሚ ሁሉ በሰሚራ ዓይኖች ማረፊያ አቅጣጫ ውር ውር ማለቱን ተያያዘው። ውስጧ ለሚተረማመሱት ሐሳቦች አማካሪ ይሆን ዘንድ ራሱን አጭቶ አቀረበ። የተሰበረውን ልቧን ጠግኖ የባለ ንብረት ማስረጃ ለመያዝ ቸኮለ። ሰሚራም በመጠኑ አመነችው! የራሷን ሚስጥር ደብቃ የተዘራ ቤተሰቦችን ትእዛዝ ነገረችው። በዳያስፖራ የተለመደ ባሕሪ ተገፍቶ፥ ሐሳቦቹ ተሰብስበው ወደ አቅም ጥያቄ ነጎዱ። የምንዛሪ ሂሳብ እያሰላ እኔ እኔ እኔ በሚል ቃል እየጀመረ መፍትሔዎች ዘረዘረ። ሬሳውን በእሱና በገንዘቡ ትከሻ ተሸክሞ አጣዬ ጉብ አደረገው። ለጭንቀቷ ከልኩ በላይ መፍትሔ አለበሰው። እኔ እሠራዋለሁ

ብሎ ያወጀውን ሁሉ መቻል ወይም አለመቻሉ የአሁን ጊዜ ችግር መስሎ አልታየውም።

ሰሚራ የሃይማኖቷን ደግ ደግ ትእዛዞቹን ብታከብርም ፍቅር አሸንፏት ተዘራን ስታገባ ብዙ ፈተናዎች ገጥመዋታል። የአባቷ የቅርብ ወዳጅ ሐጂ ዑመር እቤት ድረስ መጥተው የክርስትና ሃይማኖት ጥላቻ ስሜት እንዳያሳድሩባት በጥንቃቄ ቃላት እየመረጡ ከቅዱስ ቁርዓን ውስጥ ስለ ጋብቻ ያሉትን ነጥቦች እየጠቀሱ ለሃይማኖቷ ታማኝ እንድትሆን መክረዋታል። ከተቻለ ጥሩ ሙስሊም በኒካ እንድታገባ ካልሆነ ደግሞ ተዘራ ሃይማኖቱን እንዲቀይር እንድታደርግ ተማፅነዋት ነበር። ግን ገፍታ ስትመጣ ደፍረው እንደ አባቷ እንደ አቶ ነሲር ተዘራን እንዳታገቢ ብለው አልተጫኗትም። ለአንዱ ሃይማኖት ሳያዳሉ የተከበረው ሰርጋቸው ላይም ቢሆን ተገኝተው መርቀዋቸዋል። ስለ ፍቅራቸው ብላ ትወዳቸዋለች፥ ስለ ዕውቀታቸው ብላ ታከብራቸዋለች፥ ለደግነታቸው አንደኛ ምስክር ነች።

የአባቷ የአቶ ነሲር ሕልም ለሃይማኖቷ ታማኝ የሆነ፥ የቤተሰቧን የአርጎባ ባህል የሚያንፀባርቅ ጋብቻ እንድትፈፅም ነበረ። ከራስ ፀጉሯ እስከ እግር ጥፍሯ ምን መስላ እንደምትደምቅ ለብዙ ዓመታት በውስጣቸው ሥለው አስቀምጠዋት ነበር። ቀይ ጉፍታ አናቷ ላይ ጭና፥ በስርቆት የሚታዩትን ጆሮዎቿን በጨሌ አስውባ፥ ረጅም አንገቷን ከብር በተሰራ ላዚም ሸፍና፥ እጆቿን በአምባር አድምቃ፥ መምጣቷን ከሩቅ የሚያበስሩትን እግሮቿን በአልቦ አስጊጣ፥ ሰውነቷን በብርጉድ ታጥና፥ በፈረስ ጀርባ ላይ ቁጭ ብላ የሕይወት እጣዋን ስትቀበል ባለማየታቸው

ውስጣቸው ተጎድቷል። የአስር ቀን የጫጉላ ሽርሽር ስትሔድ መርቀው እንዳይሸኟትም እድሉን ነፈገቻቸው። በተዘራ ፍቅር ሥዕላቸውን አደብዝዛ ሕልማቸውን ውሸት አደረገችባቸው። የአባትነት ሩህሩህ ሆዳቸው ግን እሷን ይቅር ብሎ አሳሳቿን ተዘራን ተቀየመው።

የተዘራ አጣዬ ደብረ ፀሐይ ቅዱስ አማኑኤል ቤተክርስቲያን መቀበር የ300 ኪሎ ሜትር ርቀት ብቻ ሳይሆን አብሮ የመቀበርን እድል አጠበበው። የዘላለም ሕይወት ርቀትን ፈጠረባት። እሱ ከሞት ተነስቶ እንዲወስንላት እየተመኘች ሳለች ጎፋ ገብርኤል ጥሩ የመቃብር ቦታ ተገኝቶ መቆፈር መጀመሩን ሊነግሯት መምሬ ኃይለማርያም ወደሷ ጠጋ አሉ። የተለምዶ ፀባይ ሆኖባቸው ሰው ቀረብ ሲሉ በቀኝ እጃቸው ከደረት ኪሳቸው ውስጥ ብርማ ቀለም ያለውን፥ ከመሳም ብዛት ልዩ የሆነውን መስቀላቸውን ሳብ አድርገው ፊቷ ድቅን አደረጉት። እሷ ግን ከዚህ በፊት ብዙ ጊዜ ያጋጥማት ስለነበር ቀልጠፍ ብላ መስቀሉን ዘላ በከንፈሮቿ እጃቸውን ሳም አደረገቻቸው። "እግዚአብሔር ይፍታ! እግዚአብሔር ይፍታ! እግዚአብሔር ይፍታ!" ብለው ስህተታቸውን ዋጥ አደረጉት።

የሚቆፈረው ቦታ እውነትም መምሬ ኃይለማርያም እንዳሉት ተፈልጎ የማይገኝና ብዙ ካህናት ለራሳቸው ማረፊያ የሚመኙት ነበረ። ከደጀ ሰላሙ በስተቀኝ፥ ከወንዶች መግቢያ በር አቅጣጫ ሲሆን ለሳቸውም ዘወትር ጸሎት እንዲያደርጉለት ምቹ ቦታ መሆኑን አበሰሯት። "ይገርማል" አሉ ቀጠል አድርገው "ደሞ እኮ እሱም አንዳንዴ ሲሳለም እዚያች

አካባቢ ያለችውን ግራር ተደገፎ ነበር” ብለው የፈጣሪን ድንቅ ሥራ የድንኳኑን ጣርያ እያዩ አደነቁ። ፊቷ ላይ ምንም ስሜት አላዩባትም፥ የመምሬ ኃይለማርያም መልካም ዜና ያስደሰታት አትመስልም። ሰሚራ የማይቀረውን የተዘራ ቤተሰቦችን ትእዛዝ ነገረቻቸው፥ ጭንቀቷን አምጣ ወለደችው። እሷ በማይገባት ቋንቋ አማተቡ። “አይ ሰቶ መንሳት! አይ ሰቶ መንሳት! አይ ሰቶ መንሳት!” ብለው አዳማጭ የማያስፈልገው ንግግር ተናገሩ። በአንደበቷ መናገር መቻሏ ውሳኔዋን አሰመረላት። ተዘራ አጣዬ መቀበሩ እውን ሆነ።

የተዘራ አስከሬን ከምኒልክ ሆስፒታል ወጥቶ እሬሳ ማቀዝቀዣ ቤት መሄድ እንዳለበት የሰማው ምትኩ የተዘራን ሕይወት አልባ በድን ለማየት ተጋፈጠ። ጓደኛውን በኃይሉን እና የቤተሰብ ተወካይ ሶፍያን አስከትሎ ወደ ምኒልክ ሆስፒታል አመራ። የሚከፈለውን ምትኩ ከፍሎ፥ የሚፈረመውን ሶፍያ ፈርማ፥ የሚያስቸግረውን በኃይሉ አብርዶ አስከሬኑን ከምኒልክ ሆስፒታል አውጥተው ለማቀዝቀዣ ቤቱ አስረከቡ። ሆኖም ግን የሬሳ ሳጥኑን ልሙጥነት እና የውስጡን ደረቅ መሆን ያየው ምትኩ እንባ ተናነቀው። ወደ ማቀዝቀዣ ሊከቱ አስከሬኑን ከሳጥን ሲያወጡት ለመጀመሪያ ጊዜ ተዘራን አየው። አደጋው የሸረፈውን ፊቱን ሲያይ ሐዘኑን መቆጣጠር አቃተው። እንባዎቹ ፈሰሱ!

የቸርችል ጎዳና የሬሳ ሳጥን ሻጮች እንኳን የቅርብ ሰው የሞተበት አግኝተውና ገና ላልሞተ መንገደኛ ሳጥንና አበባ የሚሸጡ ፈጣኖች ናቸው። የምትኩን የቀሉ ዓይኖች

እና የሶፍያን ድባብ ሲመለከቱ አዛኝ መስለው፥ እጃቸውን አጣምረው በተመረጡ ቃላት ስሜታቸውን ገፋ እያደረጉ አሉ የተባሉትን የሳጥን ንጉሦች በጣታቸው መጠቆም ጀመሩ። 'ጉዞዬ አማረ' የቀብር አስፈፃሚ ሥራ አስኪያጅ ከአንድ ውስጡ በነጭ ጨርቅ የተለበደ፥ ከራስጌው ትራስ ያለው፥ በከፊል የሚከፈት ባለመስኮት ሳጥን ጎን ቆመው ምትኩ ገብቶ እንዲሞክረው ጋበዙት። ግብዣው ያስደነገጠው ምትኩ ከዚህ በፊት ተሰምቶት በማያውቅ ስሜት ዓይኖቹን አርገብግቦ፥ ግንባሩን ቋጥሮ፥ እጆቹን እያወዛወዘ ቃላት በሌለው ንግግር ገረፉቸው። ድንጋጤው በረድ ሲል ምኞት ተሳክቶ ሳጥኑ ተገዛ፥ መኪናዎቹ ተዘጋጁ፥ የነገው የአጣዬ ጉዞ ፕሮግራም ተወሰነ።

መምሬ ኃይለማርያም ለሁለት ተከፈሉ። ነገ የዓመቱ ገብርኤል በደማቅ ሁኔታ ይከበራል። ፓትርያርኩ የሚገኙበት፥ አባ ኃይለማርያም ለበዓል ብቻ የሚወጡትን አልባሳት ለብሰው ከታቦት ፊትፊት እየተራመዱ ምእመናን የሚባርኩበት ቀን ነው። ነገ ከተዘራ ቤተሰቦች ጋር አጣዬ ካልሔዱ ግን የቀብሩ እለት በጠዋት ተነስተው የ10 ሰዓቷን ሎንችና መያዝ አለባቸው። የልጃቸው የተዘራ ነገር ነው። እንግዲህ ምን ይደረግ!

አጣዬ ከአዲስ አበባ ወደ ደሴ በሚወስደው መንገድ ላይ የምትገኝ ትንሽ ከተማ ነች። በመስመር የተደረደሩ ዛፎች፥ የተዛነፈ መንገድ፥ ሰብሰብ ብለው ከሩቅ የሚታዩ የቆርቆሮ ቤቶችና በደማቅ ቀለም የተቀቡ የመንገድ ዳር ሱቆች የከተማዋ ምልክቶች ናቸው። ተዘራ የተወለደበት ጤና ጣቢያ፥ አዕምሮውን ያጎለበተባቸው መሀል ሜዳ የመጀመሪያና ሁለተኛ ደረጃ

ትምህርት ቤቶች፥ የደብረ ብርሃንን አረቄ ተደብቆ የሚጠጣበት የጎሳ ተራራ፥ የመጀመሪያ ፍቅረኛውን ምሳ የጋበዘበት የሸዋ ሮቢት ምግብ ቤት ብር አንገቴ እና ችግሩንና ደስታውን ሲነግረው ያደገው የአማኑኤል ታቦት መልሰው ሊቀበሉት ይጠብቁታል። እሱ ግን አያያቸውም፤ አንቀላፍቷል።

ሦስት ሚኒ ቫን መኪናዎች አቶ ሻረው በር ላይ በጠዋት መጥተው ተደርድረዋል። ምትኩ የመሀከለኛውን መኪና በዋነኛነት ለእሱ፥ ለሰሚራ፥ ለሶፍያ እና ለበኃይሉ እንዲሆን አስቀድሞ ሹፌሩን አስጠንቅቆታል። አዲስ አበባን አንድ ቀን ጠግቦ ሳያያት የአጣዬ መንገደኛ ከዛም አልፎ ቤተሰብ፥ ሐዘንተኛ ሆነ።

ጉዞ ጀምረው ልክ አሌልቱን እንዳለፉ ምትኩ የሕይወት ጥያቄዎች እያነሳ የሐዘኑን ድባብ ለመቀነስ ይሞክር ጀመረ። መጀመሪያ ያነሳቸው ሁለት ጥያቄዎች ከትከሻ መነቅነቅ አልፈው የቃላት ምላሽ አላስገኙለትም። ሕይወቴ አበቃ ብላ ለምታስብ ሴት የሕይወት ጥያቄ መጠየቁ በኃይሉን አስገርሞታል። ለበኃይሉ የሚናገር እያስመሰለ የራሱን ሕይወት ውጣ ውረዶች ማተት ቀጠለ። ደብረብርሃን ሲደርሱ የምኒልክ መስኮት እየተባለ የሚጠራውን ዘብጣዘብጥ ተመልክቶ “ይገርማል” ብሎ የሰሚራን ቀልብ ሳበ። “እንደ ላሊበላው ፍልፍል ድንጋይ ሰው ሠራሽ ሳይሆን በፈጣሪ ድንቅ ሥራ የተቀረፀ ተአምር ነው” ብሎ ላሊበላን ዝቅ ፈጣሪን ከፍ አድርጎ መኪና ውስጥ ከገቡ ጀምሮ ለመጀመሪያ ጊዜ ድምፅ አውጥታ መስማማቷን እንድትናገር አደረጋት።

ቀስ እያለ የቀረውን መንገድ ከለቅሶ ድባብ ነጥሎ ሳቅ ወደሌለበት የቁምነገር ጨዋታ ቀየረው። ዛሬ ባለሁበት የኑሮ ሁኔታ ራሴን ስለካው የሕይወትን ፈተና ወድቄአለሁ። ገንዘብ፥ ምቾትና ድሎት ከመሳሰሉት ከሕይወት ማጣፈጫ ቅመሞች ራሴን ነጥዬ ሳየው ባዶና የመኖር ትርጉሙ ያልገባኝ በድን መሆኔ ተሰማኝ። ሥጋዬ ውስጤ ባሉት ሁለት ተቃራኒ ስሜቶች ዥዋዥዌ ተሰቃየች። ሰው ሆኜ ወድቄ በኖርኩበት ሕይወት የሚያውቁኝ ይወቅሱኛል። ሌሎቹ ያሞግሱኛል! እንደ ቅዱስ ወይም እንደ ዲያቢሎስ ሆኜ ለመቀጠል ከብዶኛል። ብሎ የአሜሪካን ሕይወቱን ታሪክ ዘከዘከላት። ያሰበውን ሩቅ የፍቅር መንገድ መጠርጠር የጀመረው በኃይሉ የተኛ መስሎ ዓይኑን ከደነ። ምትኩ ለሰሚራ ፍጆታ በከፈተው የሕይወት ፍልስፍና ቧንቧ ውስጥ የሚፈሱት ዓለላ ቀለሞች የሶፍያ ስሜት ላይ ፈሰሱ። የሕይወትን ትርጉም እንድትጠይቅም አደረጓት። ህሊናዋን ኮረኮሯት። ምትኩን አደነቀችው።

ሹፌሩ ሰንበቴ መድረሳቸውንና አጣዬ አማኑኤል ቤተክርስቲያን ለመድረስ ጥቂት ደቂቃዎች ብቻ እንደቀሩ ነገራቸው። የተዘራ ቤተሰቦች ቤት ከመንገድ ወጣ ያለ ስለሆነ የሚያሳያቸው ሰው ቤተክርስቲያኑ በር ላይ ይጠብቃቸዋል። አስከሬኑን የያዘው መኪና ቀድሞ ስለተነሳ አቶ ምናሉ ቤት ገብቷል፥ ብርቅርቅ የቤተክርስቲያን ጨርቅ ለብሶ በተዘራ የልጅነት ጓደኞች ተከቧል። እናቱ ልክ ትናንትና እንደወለዱት ያህል ከሰውነታቸው የወጣበትን ቀን እያስታወሱ፥ ዓይኑን ጨፍኖ የጠባቸውን ጡቶቻቸውን እየጨመቁ፥ አንዴ እድላቸውን እያማረሩ ኋላም የፈጣሪያቸውን ስም እያነሱ በማልቀስ ሰውን

ሁሉ በሐዘን አብረከረኩት። አባቱ በውስጣቸው የሚፈላውን ስቃይ እየደጋገሙ "እ ህ ህ" በማለት ተነፈሱት።

የሶፍያ በራሪ ሐሳቦች አዲስ ማረፊያ አግኝተዋል። አዕምሮዋ የምትኩን ንግግሮች እየደጋገመ ያዳምጣል። ቃላቱን እየሰነጠቀ በትንሽ በትንሹ እየቆነጠረ ለልቧ ያጎርሰዋል። የፍቅር ይሁን የአድናቆት የማትለያቸው ስሜቶች በውስጧ አቆጠቆጡ። እሱ እህቷን ሰሚራን ሲያያት እንዳስደነገጠው አይነት ስሜት ሶፍያ ውስጥ ገብቶ ቀስ በቀስ ያግላት ጀመር። በኃይሉ ሐሳቡ ላይ ተጠምዶ፥ የሹፌሩ ዓይኖች መንገዱ ላይ፥ የሶፍያ ዓይኖች ምትኩ ላይ፥ የምትኩ ዓይኖች ሰሚራ ላይ እንደ ተተከሉ፥ የሰሚራም ዓይኖች በትካዜ እንደፈዘዙ አጣዬ ገቡ። የደብረ ፀሐይ ቅዱስ አማኑኤል ቤተክርስቲያን ቄሶች ሌሊቱን ሙሉ የፍትሐት ጸሎት ሲያደርሱ አነጉ። ሰሚራ የምትወደውና የምታምንበት ባሏ በማታውቀው ሥነሥርዓት ለነፍሱ ሲጸለይ ሲቆሙ ቆማ ሲቀመጡ ቁጭ ብላ እየተወጣችው ነው። መምሬ ኃይለማርያም ከአዲስ አበባ ሌሎች ለቀብር የሚመጡ ሰዎች አግኝተው ከአሰቡት ሰዓት ቀድመው በሌሊት ደረሱ። ጾማቸውን ውለው ያደሩት ቤተሰቦቹ ደክመዋል። የተዘራ እናት ድምፃቸው ተዘግቷል፥ ስቃያቸው ከፊታቸው ሸሽቶ ከአንጀታቸው መመንጨት ጀምሯል። አይደርስ አይቀርምና የተዘራ አስከሬን ግብአተ መሬቱ ሰዓት ደረሰ።

የደብረ ፀሐይ ቅዱስ አማኑኤል ቤተክርስቲያን ግቢ ሁለት ትልልቅ በሮች በኢትዮጵያ ባንዲራ ቀለሞች ደምቀው ከሩቅ ይታያሉ። አስከሬኑን የያዘው መኪና የመሀከለኛውን

በር ዘግቶ ቆመ። ትልቅ መስቀል በግራ እጃቸው ጽና በቀኝ እጃቸው የያዙ ረጅም ቄስ፥ ጧፍና ዣንጥላ የያዙ ሁለት ዲያቆናት አስከትለው ተዘራን ተቀበሉት። የአጣዬ ከተማ ለቀስተኞች ካህናቱን እየተከተሉ በቤተክርስቲያኑ ግቢ ጸሎት ካደረጉ በኋላ ሬሳውን አጅበው ሦስት ጊዜ ቤተክርስቲያኑን አዙረው ሲጨርሱ የወንዶችን መግቢያ በርን አሳለሙት።

የቤተክርስቲያኑ አለቃ ቡራኬ ጸሎት አቅርበው ሲጨርሱ የነፍስ አባቱ መምሬ ኃይለማርያምን ትምህርትና የግብአተ መሬት ጸሎት እንዲያረጉ ጋበዟቸው። መሬት ላይ ሳለ የነፍሱ ጠባቂ እንዲሁም ተጠያቂ ምስክር ናቸውና መጸለያቸው አስፈላጊ ሆነ። ክንፈ ሚካኤል ብለው ደግነቱን፥ ሰው አክባሪነቱን፥ ሩህሩህነቱን እና የግል ትዝታቸውን ቀለም ባላቸው ቃላት እያዋዙ ተዘራን ገለፁት። እድሜውን አሳንሰው ፍቅሩን አገዘፉት። አስተምረው ሲጨርሱ ጽናው ላይ ያለውን አመድ ጉድጓዱ ውስጥ በትነው የመጨረሻ ማረፊያውን መሬት ባረኩለት፥ መስቀል አሳልመው አፈሩን አቀለሉለት። ከሃይማኖቱ ወጥቶ ሰሚራን አግብቶ ላፈረሰው የሃይማኖት ሕግ የኃጢአቱ ወራሽ ሆነው ሚስጥሩን ደበቁለት። ሰሚራም ለመጨረሻ ጊዜ ባሏን ተሰናበተችው። ቤተሰብ መስርተን ብለው የሰነቁት ራእይ አብሮ ሲቀበር በህሊናዋ ታያት።

'የሞተ ተጎዳ' እንዲሉ የተዘራ ግብአተ መሬት ሦስት ቀናት አስቆጠረ። በሰልስቱ ማግስት ሰሚራና ምትኩ የተዘራን ቤተሰቦች ከመሰናበታቸው በፊት ወደ ደብረ ፀሐይ ቅዱስ አማኑኤል ቤተክርስቲያን ሄደው ትንሽ ተራራ መስሎ ጉብ ያለውን፥ እየደረቁ ያሉ አበባዎች ያዘለውን የተዘራን መቃብር

ትክዝ ብለው እያዩ በረጅሙ ተሰናበቱት።

የተዘራ እናት በውስጣቸው የመጨረሻ መሆኑን እያወቁ የልጃቸው ማስታወሻ መሆኗንና እየመጣች እንድትጠይቃቸው አስጠንቅቀው ምኞት የተሞላው ስንብት ተሰናበቷት። አቶ ምናሉ እንባቸውን ደብቀው ከባለቤታቸው ጋር መስማማታቸውን በስሜት ብቻ ገለፁ። ሁሉ ነገር አበቃ! ምትኩ ብዙ ውለታ ለዋለላት፥ አሁንም እንክብካቤ ለሚያስፈልጋት ለሰሚራ የችግር ጊዜ ታማኝ ጓደኛዋ ሆኖ ተገኘ። የሷ ችግሮች አለቁ! የሱ ሐሳቦች ቦታ መያዝ ጀመሩ። ወደ አዲስ አበባ ጉዞ ሲጀምሩ እሱ የማያውቃቸው የሶፍያ ስሜቶችና ስሜቱን ያላወቀችለት ሰሚራ አዕምሮውን ሊፈትኑት አኮበኮቡ።

ሶፍያ የምትኩን ስነ ልቦና ይኮረኩራሉ ብላ ያሰበቻቸውንና የምታውቃቸውን የፍልስፍና አባባሎች እየደረደረች ከአጣዬ እስከ ሸዋ ሮቢት ያለውን መድረክ ተቆጣጠረችው። የዓለምን ችግሮች ከነ መፍትሄዎቻቸው እና የኢትዮጵያን የዘር ፖለቲካ የሚያማስሉትን ሰዎች እየነቀፈች ዕውቀቷን እንካችሁ አለች "የታሪክ ፍሰት እንደ ሰፊ ወንዝ ነው። አንዳንድ ቦታ ላይ ድልድይ ካልሰራንለት አሁን እንደምናየው ጊዜ በፈጠራ ታሪክ ጎርፍ ጥርግ አድርጎ ያጠፉናል"። ብላ ለሁሉም የሚበቃ የጭንቅላት ስፖርት ሰጠቻቸው። የውስን ዕውቀቷ ምንጭ ሲደርቅ የምናቧን ጓዳ እየቆፈረች የእውነት ጠርዝ ላይ ያሉ የፈጠራ ወሬዎች መደባለቅ ጀመረች። ምትኩ ሶፍያ ባለችው ሁሉ አንገቱን እየነቀነቀ መስማማቱን አሳያት። ገብቶት ወይም አምኖበት ሳይሆን ቶሎ መስማማቱ ሶፍያን ከመድረክ አውርዶ ለሰሚራ እድል ቢሰጥ ብሎ ተመኝቶ ነው።

ሶፍያ በጣም ቆንጆ፥ ወንዶች በየአቅጣጫው በፍቅር የሚወድቁላት እንጂ እሷ ለፍቅር እጅ ሰጥታ የምትንገዳገድ ሴት አልነበረችም። አሁን ግን በተዘራ ሐዘን ጊዜ የወረደባት ዱብዳ እሷም አስተናግዳው የማታውቀው እንግዳ ስሜት ነው። ቁንጅና ብቻ ልብ የመማረክ አቅም ቢኖረው ኖሮ የምትኩ ልብ በቁንጅናዋ ቁልፍ ከጥግ እስከ ጥግ በተከፈተ ነበር። በታሪኮቿ ጥልቀት ያልተማረከውን የምትኩን ስሜት ወደሷ ለመመለስ ፈልጋ ለለቅሶ የለበሰችውን ረጅም ቀሚስ ሰብስባ ቀይ ጭኖቿን እንደ ፓውዛ ብልጭ ድርግም ማድረግ ጀመረች። የምትኩ ዓይኖች ጨረር እንደመታቸው ተጨናበሱ። እግሯን ከሽፍን ጫማዋ ውስጥ አውጥታ የሚያምሩ ጣቶቿን በዓይኖቹ አቅጣጫ ድቅን አደረገቻቸው። የምትኩ ስቃይ በረጅም ትንፋሽ ሰውነቱን ለቆ ሲወጣ ተሰማ።

ሰሚራ የሶፍያን ቲያትር ለመመልከት እድሉ አላጋጠማትም። በለቅሶ የደከመ ሰውነቷን የአጣዬ ፒስታ መንገድ እሹሩሩ እያለ ካስተኛው ሰዓታት አልፈዋል። ምትኩ ውስጡ የተነሳውን ፈንጠዝያ ገድቦ ከፊቱ የቀረበለትን ቆንጆ መሰናክል ተቋቋመው። የሶፍያ ተስፋዎች ቀስ በቀስ ከፊቷ ላይ ተንሸራተው ወደቁ። ውበቷ የማያሸንፈው፥ ገላዋ የማይደልለው፥ ውስን ዕውቀቷ የሚገፈትረው ሰው ገጠማት።

ሹፌሩ መኪናዋን እያበረረ ወደ ጥግ ወሰዳት። መኪናዋ ሙሉ ለሙሉ ሳትቆም የደብረሲና ቆሎ ሻጮች በግራና በቀኝ ወረሯት። ብርቱካን፥ አጫጭር ጣፋጭ ሙዞች፥ የተከረከሙ የሸንኮራ አገዳ የያዙ ወጣት ልጆች ቆሎ ሻጮቹን ተከትለው

መስኮቶቹን ነቀነቋቸው። ሰሚራ ከሕልሟ፥ ምትኩ ከውሸት እንቅልፉ በድንጋጤ ባነኑ። በዚህ መንገድ የሚያልፉ አብዛኞች ሹፌሮች ደብረሲና አቁመው በለጋ ቅቤና በርበሬ የታሸውን የሚጣፍጥ ቆሎ አለመግዛት ከወንጀል አሳንሰው አያዩትም። የመልክዓምድሩ ማማር እና የቦታው ከፍታ የፈጠረው ቀዝቃዛ ንፋስ መኪና ውስጥ ታፍኖ ለዋለ መንገደኛ ሕይወት የሚያድስ የተፈጥሮ ስጦታ ነው። ባለ ለስላሳ አንጀት መንገደኞች ቆሎውን በውሀ እያላወሱ ሲበሉ ፈጣን የውስጥ ሙቀት የሚሹ ለማዶች የደብረብርሃንን አረቄ ይመርቁበታል።

ምትኩ በሁለት መለኪያ አረቄ አንጀቱን አርሶ ከለማዶቹ ተራ ተሰለፈ። ሶፍያ የምትኩን ፈለግ ተከትላ ለመጨረሻ ጊዜ ፍቅሯን ለማሳየት አንድ መለኪያ ጭልጥ አድርጋ ጠጣች። አረቄው ከምላሷ ጫፍ ጀምሮ እስከ መጨረሻ ማረፊያው ሆዷ ድረስ እያቃጠለ አስጮኻት። ቀድማ ካሿሪዎቹ ላይ ቆንጥራ የበላችው በርበሬ ያዘለ ቆሎ አረቄውን አግዞ ለበለባት። ምትኩ ላይ ጥምጥም ብላ ስታስጎበኘው የቆየችውን ገላዋን በዳሰሳ መልክ አቀረበችለት።

የሶፍያ ቅብጠት በአረቄው ኃይል ጎልቶ መረን ለቀቀ። ሰሚራ በእህቷ ድርጊት መሸማቀቅ ጀመረች። የመኪናው የጨዋታ ምንጭ ምትኩ ዝምታን መረጠ። ሹፌሩ ደብረብርሃን በማቆሙ ተፀፀተ። የአዲስ አበባ ጉዞ በሶፍያ አታካችና ለዛ የሌላቸው ጨዋታዎች ተወረሰ። የጥቂት ሰዓቱ መንገድ የሙሉ ቀን ያህል አሰልቺ ሆኖ አለቀ።

ሰሚራ የምትኩ ደግነት ከወንድምነት አልፎ እሷ ዝግጁ ወዳልሆነችለት ፍቅር እየገባ መሆኑን ከአኳኋኑ መጠርጠር ጀመረች። ግን ከአሜሪካ በተደወለ ቁጥር የሚያሳየው የይምሰል ወሬዎች አደናግረዋታል። ልትጠይቀው ወሰነች! ቃላት እየመረጠች እያለች የተለመደው የአሜሪካ ስልኩ ጮኸ።

ስልኩን አንስቶ ትንሽ ካወራ በኋላ ጓደኛዬን ተዋወቂያት ብሎ ስልኩን ለይምሰል በመዳፉ እየጠረገ ወደ ሰሚራ ፊት አስጠጋው። "ማነው! ማነው! ማነው?" እያለች የስልኩን መናገሪያ ቀዳዳዎች በእጇ መዳፍ ሸፈነቻቸው። "ሚስቴ ናት! ሚስቴን ትዕግስትን ተዋወቂያት" ብሎ የማፌዝ ያህል ሳቀ። በቅጽበት በውስጧ የኮነነችው ስህተት እንደሆነ ተሰምቷት በሐሳቧ አፈረች። በወንድምነት እንጂ ምንም የፍቅር ምልክት እንዳላሳያት ተረዳች። ቶሎ ራሷን አጠንክራ ለትዕግስት ስለባሏ ቅዱሥነት ለመንገር ቸኮለች። ሰላምታ ከተቀያየሩ በኋላ "ባልሽ" ብላ ወሬ ስትጀምር የትዕግስት የማያቋርጥ ሳቅ ወሬዋን እንድታቆም አስገደዳት። "ባልሽ! አልሽኝ?" ብላ ካቆመችበት ቀጥላ እንደገና ሳቀች። ምትኩ ነገሩ ስለገባው ከሰሚራ ጆሮ አልፎ የሚሰማውን የትዕግስት ሳቅ አጅቦ መሳቅ ጀመረ። ሳቃቸው አሳቃት። መናገር የምትፈልጋቸው ቃላት አፏ ላይ እንደተደረደሩ ቆሙ።

ትዕግስት ሳቋ በረድ ሲልላት ድምጿን ቀዝቀዝ አድርጋ ሰሚራን ስለ ደረሰባት ሐዘን አፅናናቻት። ቀጠል አድርጋም ምትኩ የእውነት ባሏ ሳይሆን ለመኖሪያ ወረቀት ስትል ያገባችው የጓደኛዋ ወንድም መሆኑን አበሰረቻት።

በየጊዜው የምትደውለውም ጠበቃዋ በመከራት መሰረት ለፍርድ ቤት የምታቀርበው የሚስትነትን ፍቅርና ስጋት የሚያሳይ ማስረጃ ለመፍጠር እንደሆነ በዝርዝር ነገረቻት። ትዕግስት የጠረጠረችውን የምትኩን ስሜት በመረዳት ለሰሚራ ስለእሱ ጥሩ ጥሩ ፀባይ እና ተግባሮች የተጋነኑ እውነቶችን ጋበዘቻት። ምትኩ አዲስ አበባ ከገባ ጀምሮ ቢደመር ትዕግስትን ያወራትን እጥፍ ሰዓት ተጫወቱ። ስልኩን ከዘጋች በኋላ የሰማችውን ዝግ ብላ አሰላሰለች። ከጥቂት ደቂቃዎች በፊት የተሰሟት የምትኩ የፍቅር ጥርጣሬዎች አድገውና ጠንክረው ተመለሱባት።

ምትኩ በተዘራ ሀዘን የደከመውን የሰሚራን ሰውነት አቅፎ የፍቅር ስሜቱን ለመወጣት ቸኩሏል። ነገር ግን ህሊናውም ሆነ ባህሉ ከትኩስ ሀዘን ወደ ፍቅር ለመጓዝ ብዙ ቀናት ማለፍ እንዳለበት ይነግሩታል። ለጊዜው ፍቅሩን አምቆ ይዞ የእሷን ደህንነት እየጠበቀና እና ሰላሟን እየተንከባከበ ቀኑን አብሯት ውሎ ሲተኛ መልሶ በህልሙ እያገኛት ጀምሮ መጨረስ ባቃተው ግጥም ፍቅሩን ይነግራታል።

ዓይኖቼ ሲበሩ በስሜት ተገፍተው
የልቤን ትርታ ስቃይ ተከትለው
ባሳብ ተመስጬ ነካሁሽ በእጆቼ
መውደዴን ነገርኩሽ በ'ልሜ ድምፅ አውጥቼ
ጭንሽን ስነካው በሰመመን እንቅልፍ
ያቀፉኝ ጡቶችሽ አረጉኝ እንስፍስፍ

የእንቅልፌ አበባ እንቡጢ ናፍቆቴ
በህልሜ የማገኝሽ የቀኗ ምኞቴ
እንቅልፍ ጓደኛዬ አሳየኝ ገላሽን
ምኞቴን ተወጣሁ የቀኑን ፍቅርሽን

በጄ የጨበጥኩት ለስላሳ እጅሽ
የከንፈሬ ምኞት እንጆሪ ከንፈርሽ
ያይኖቼ ማረፊያ ዘበኞች ጡቶችሽ
የጣቴ ገነቶች ብርቱካን ጉንጮችሽ
የፈገግታ ምንጮች ነጫጭ ጥርሶችሽ

ባንኜ ስነቃ ሲጠፉ ከጎኔ
የዘላለም እንቅልፍ ተመኘሁኝ ላይኔ

ሰዎች ጉድ ይበሉ እንውጣ ጎዳና
አዳሬን ይዩልኝ የሕይወቴን መና
ይደሰቱ እነሱም በጨዋታሽ ለዛ
በዓይኖችሽ ብርሀን በገላሽ መዓዛ

ወፎች ይዘምሩ ያንቺን መልክ እያዩ
እድሉን ስጫቸው በረው ይወያዩ
ክንፋቸው ይርበትበት እንዳንቺው አንደበት
የኔን ልብ መከራ ቀምሰው እንዲያዩት

ንደፊው እንደ ጥጥ ይኸው እኔነቴ
ደውሪው ፍቅርሽን ጀምሪ ካንጀቴ
አዙሪኝ እንደ 'ንዝርት በጭኖችሽ ላይ
እየሰረቅኩ ባይኔ ሚስጥሮች እንዳይ

ቋጪኝ በጣቶችሽ በረጃጅሞቹ
ጠምዝዥው ፍቅርሽን ከነሚስጥሮቹ
ደርቢኝ ከላይሽ ሙቀትሽን ልጋራ
ልንካው ሰውነትሽን በተራ በተራ

ወዘተ …
ወዘተ …
ወዘተ …

ያኔ በልጅነቷ "ልቃቂት" ነበር ያሏት ?!

አዎ ልቃቂት! በጥሩ ፈታይ ተለቅሞና ተባዝቶ የእንዝርት ዋልታ ላይ የሚጠመጠም ፈትል … ምትኩ ለልቃቂት ዋልታና ማገር ሊሆናት የፍቅር ፈትሉን በተስፋ አሳምሮ ዙሪያዋን እየከበበ ሊያደምቃት ነጋቸውን እየሸመነ ነው።

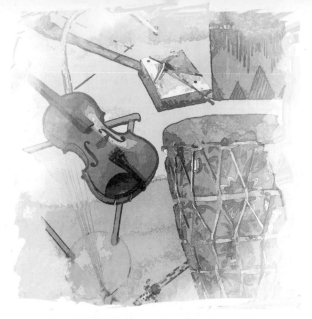

አለንጋ ጣቶቼ

ብዙ የሙዚቃ መሳሪያዎች በመጫወት የምታወቅ ባለሙያ ነኝ። ዕውቀቴን ለተማሪዎቼ አካፍዬ ከንጉሡ፥ ከአብዮቱ መሪዎች እና ከኢሕአደጎቹ ሳይቀር ሽልማቶች የተቀበልኩ ብርቅዬ የኢትዮጵያ ልጅ ነኝ። በመተዋወቅ መጀመር ጥሩ ነው ብዬ እንጂ እርሶም እንደሚያውቁኝ አልጠራጠርም። ከባህል ሙዚቃ መሳሪያዎች የሚቀረኝ የለም። ከበሮ፥ ማሲንቆ፥ ዋሽንት እና ክራር ስጫወታቸው ያደኩባቸው ናቸው። ሌላው ቀርቶ የዣንጥላ ሽቦ ቆርጬ፥ የድምፅ ሳጥን ሰርቼና ቃኝቼ ቶም ስጫወት የሰሙኝ ሰዎች ሁሉ ባሉበት ፈዘው ይቀራሉ።

ቸሩ ፈጣሪያችን ነፍሱን በገነት ያኑራትና የሙዚቃው ንጉሥ ጥላሁን ገሠሠ ካረፈ ከጥቂት ወራት በኋላ ሀገር ፍቅር ቲያትር ቤት ተገኝቶ ቪዮላ ስጫወት አይቶኛል። የሚያምር

የጣሊያን ሱፍ ለብሶ፥ ጎፈሬውን ከምክሞ አበጥሮ፥ በሀገር ልብስ የተዋበች ጠይም ቆንጆ ከጎኑ ሸጉጦ እሱ በድምፁ "ሩቅ ምስራቅ ሳለሁ ጃፓኗን ወድጄ፤ ትዝ ትለኛለች በፍቅሯ ነድጄ" እያለ ያንጎራጎረውን እኔ በቪዮላ ሳንቆረቁረው፤ እጇን ከጠይሟ ቆንጆ አንገት ላይ አንስቶ አዳራሹን በጭብጨባ ሲያቀልጠው አስታውሳለሁ። ከጃፓን ኤምባሲ ተጋብዘው በቀኝ በኩል የተቀመጡት ሁለት ቆነጃጅት ከቪዮላው የሚወጣውን ድምፅ እየሰሙ እንባ ያረገዙ ዓይናቸውን በመዳፋቸው ሲጠርጉ፤ ፕሮግራሙ ሲያልቅ ጠብቀው አንገቴ ላይ ተጠምጥመው የደስታ ለቅሶ ያለቀሱት እስካሁን ፊቴ ላይ ድቅን ይልብኛል።

ከዛች ቀን ጀምሮ ታዋቂ ሆኛለሁ፤ የግብዣው መዓት መጉረፍ ጀምሯል። ከዓመታት በፊት ሐረር ተጋብዤ ድሮ ጣሊያን በሠራው የቲያትር አዳራሽ ውስጥ ተገኝቼ ዋሽንት ስጫወት ያስደመምኩት ሕዝብ ብዛት የትዬለሌ ነው። ባለሦስት አንጓዋን ዋሽንቴን ከኋላ ኪሴ በአለንጋ ጣቶቼ ምዝዝ አድርጌ አውጥቼ "እስኮቱ አሲን ጂራ" የሚለውን የአብተው ከበደን የኦሮምኛ ዘፈን ስጫወት፤ በጫት የመረቀኑት ታዳሚዎች በሐሳብ ሲንሳፈፉ፥ ያልመረቀኑት ደግሞ በዋሽንቴ ድምፅ ሲመረቅኑ፥ ሌሎቹ "አቦ ይሄ ሰው ጎበዝ ነው" እያሉ አድናቆታቸውን ይወረውሩ ነበር። ገርበብ ባለው የዋርካ እንጨት በር አምልጠው የገቡ ወፎች ሳይቀሩ የዋሽንቱን ድምፅ እየሰሙ ከአንዱ ጥግ ወደ አንዱ ጥግ ሲበሩ ይታዩ ነበረ።

ይሄ ችሎታዬ ብዙ አሳይቶኛል! ብሔራዊ ቲያትር መድረክ ላይ በቆዳ የተለበደችውን ባለ ስድስት ጅማት ክራሬን ይዤ

ብቅ ስል የሐረሩን ተአምር ያዩ አድናቂዎቼ ዓይኖቻቸውን በጉጉት ቁልጭ፥ ቁልጭ፥ ሲያደርጉ ይታዩ ነበረ። የባቲ ቅኝት ንግሥቷ ማሪቱ ለገሰን በሃሳቤ ወደ ወጣትነት እድሜዋ መልሻት የኔን ክራር አጅባ "ኧረ ባቲ ባቲ፤ ባቲ ገንደ ላዩ፤ ሃድራህ የሚመጣው ደራርበው ሲተኙ" እያለች ስታዜም፤ እኔ ደግሞ ክራሬን አስቀምጬና ማሲንቆዬን አንግቼ የእሷ ድምፅ ሲያርፍ የኔ ማሲንቆ፥ የኔ ማሲንቆ ሲያርፍ የእሷ ድምፅ እየተፈራረቁ የቲያትር ቤቱን ግድግዳዎች ሳይቀር አንቀጥቅጠዋቸዋል። ወደ መጨረሻ ማሪቱ ሳትቀር መዝፈኗን አቁማ በአለንጋ ጣቶቼ የምጫወተውን ማሲንቆ ፈዝዛ ማዳመጥ ጀመረች።

የሙዚቃ ዕውቀቴ ከዓለማዊው ሕይወት አልፎ አንድ አንዴ ቤተክርስቲያንም እንዳገለግል ጠቅሞኛል። የገብርኤል ንግሥ ቀን ከበሮውን ከሊቀ ዲያቆናት ፍሬሁን ተቀብዬ ማንገቻውን አንገቴ ውስጥ አጥልቄ የላይ እና የታች አፉን ስደልቀው የምእመናን ቀልብ አብሮ ሲነጥር ይታይ ነበር። ስሽከረከር ልጆች የያዙትን ጧፍ እያጠፉሁባቸው ተደንቀው የእናታቸውን ነጠላ እየጎተቱ ሲንሾካሾኩ ትዝ ይለኛል።

መሪጌታ ስብሐቱ ወርቅነህ የከበሮውን ቅላፄ ተከትለው በመቋሚያቸው አየሩን እየቀዘፉ ቆይተው ታቦት ተከትለን ስንዞር አለንጋ ጣቶቼን በጣቶቻቸው አጣምረው ቀልፈው ዓይን ዓይኔን እያዩ በተማፅኖ የሁዳዴን ጾም በበገና ዘለሰኛ አጅቤ በረከቱን እንድካፈል ጋበዙኝ። መቼም የካህን ቃል ትእዛዝ ነውና በገናዬን ወልውዬ፥ እጀ ጠባቤን ታጥቄ፥ ባለ ባንዲራ ጥለት ነጠላዬ ላይ በሙካሽ ያጌጠውን ጥቁር ካባዬን ደርቤ ምስጋናዬን ስጀምር

መሪጌታ ስብሐቱ እንደ ንጉሥ ገብረመስቀል መቋሚያቸውን እግሬ ላይ ሰክተው ተከዙ።

የእመቤቱን ስደት፥ የጌታዬን ስቅለት፤ የመስቀሉን ፍዳ በመዝሙሩ መሀል ጣል እያደረኩ መከራቸውን አስታውሼ የልጁን ምህረት፤ የፈሰሰው ደሙን፤ የእመቤቱን አማላጅነት፤ የሞቱን ትንሳኤ፥ ጨመር ሳደርግበት የበገናዬ ድምፅ ሲኦልን በርብሮ ሐጢያተኛን ለምህረት ያዘጋጅ ነበር።

ከሁሉም ችሎታዬ አስበልጦ ግን ማሲንቆን ስጫወታት አብረን የተወለድን መንትዮች እንጂ ካደኩኝ በኋላ የማውቃት ጓደኛዬ አትመስልም። የመቃኛውን እንጨት በግራ እጄ ጠምዘዝ አድርጌ ጭራውን ከወጠርኩ በኋላ የማሲንቆ መምቻውን እጀታ በቀኝ እጄ ጨብጬ ሁለቱን ጭራዎች ሳሳስማቸው የሚወጣው ቅኝት እንኳን ሰሚውን ቀርቶ የማሲንቆዋን ብርኩማ እያነዘረ ያስጨፍራታል። በጣቶቼ ጭራውን ነካ መለስ እያደረኩ ከዘፈን አሳልፌ ለማሲንቆዋ አንደበት አበጅቼ አነጋግራታለሁ።

ከሀገሬ ወጥቼ ይህን ችሎታዬን ለዓለም እንድጋብዝ ልመናው በዝቶብኝ ነበረ። አሻፈረኝ ብዬ ብዙ ዓመት ካሰብኩኝ በኋላ ግብፅ ብቻ ሄጃለሁ። ወንዙ ዳር ቁጭ ብዬ የሀገሬን አፈር ውሎውን ሳጠና ስሜቴ ተፈንቅሎ ዋሽንቴን አውጥቼ ኢትዮጵያ ሀገሬ የሚለውን ዜማ መጫወት ስጀምር ከሱዳን የተደባለቀው ውሃ በእፍረት ዝም ሲል፥ ዓባይ ብቻውን ድምፅ አውጥቶ ሿ! ሿ! ሿ! እያለ አጅቦኛል። እኔም ደጋግሜ ጎጃም ፏፏቴው ስር የተጫወትኩለትን ሙዚቃ ሳንጎራጉርለት አገሩን ጥሎ

በመውጣቱ ፀፀቱን እና ናፍቆቱን ከግብፅ በረሀ ድንጋይ ጋር እየተላተመ ተወጣው።

እነዚህን ዝናዎቼን አድንቃችሁ እኔን ለማግኘት የምትሹ ሰዎች ካላችሁ የአዳዲ ማርያም ደጀሰላም ያረጀ ጋቢዬን አንጥፌ ስለምን ታገኙኛላችሁ። ‘በእንተ ስማለማሪያም እያያችሁ አትለፉኝ፥ የኔ እድል አይድረስባችሁ’ እያልኩ በስሚ ለምኚ ስትመፀውቱኝ ‘ወላዲት አምላክ እመቤቴ ትስጣችሁ፥ ቤታችሁን ትባርክላችሁ፥ በረከቱን ታውርድላችሁ’ እያልኩ እመርቃችኋለሁ። በልመናዬ መሀል ዱልዱሞቼ፥ ዱሾቼ እጆቼ ላይ አለንጋ የመሰሉ ጣቶች በህሊናዬ ሥዬ፤ አሉ የተባሉ የቲያትር ቤት መድረኮች ላይ ነክቻቸው የማላውቃቸውን የሙዚቃ መሳሪያዎች እየተጫወትኩ በምናቤ የማያቸውን ታዳሚዎች አስደስታለሁ። የተሸራረፉትን ጣቶቼን በሀሳቤ ቀጥዬ ከበሮ፥ ክራር፥ ቪዮላ፥ ዋሽንት፥ ቶም እና ማሲንቆ አስጨብጣቸዋለሁ።

ዝናዎቼ በገሃዱ ዓለም ያልተከሰቱና በሀሳቤ ብቻ ተፈጥረው የሚኖሩ ትዝታዎቼ ናቸው። ከተወለድኩበት ቀን ጀምሮ አይቻቸው የማላውቃቸውን ጣቶቼን በምኞቴ አለንጋ አስመስዬ ሥዬአቸው መኖሬን እቀጥላለሁ፤ የሞተውን አቀንቃኝ ሳይቀር ከመቃብር አስነስቼ በምኞት ከሣልኩት መድረክ ላይ ታድሞ ሞቅ ያለ አድናቆቱን እንዲገልፅልኝ አድርጌአለሁ። ቆማጣ መሆኔ ሰው መሆኔን አልቀነሰውም፥ ለሙዚቃ ያለኝን ስሜት አልወሰነውም። በእውነታው ዓለም አዳዲ ማርያም ጋቢዬን አንጥፌ ስለምን በሀሳቤ

እስከ ግብፅ ተጉዤ የአባይን ውሀ ለይቼ አይቼዋለሁ። በሌሉኝ ጣቶች ዋሽንት ተጫውቼና ኖሮኝ በማያውቀው ችሎታ አቀንቅኜ ውሃውን እኔ እንደምፈልገው አይነት ስሜት እንዲሰማው አድርጌዋለሁ።

ጣቶች ባይኖሩኝም በሀሳቤም የምኖር ሙሉ ሰው ነኝ።

እብዶ

ከነፃነት ሆቴል ትልቁ የመኪና መግቢያ በር ፊት ለፊት ያለውን መንገድ ተሻግሮ የተተከለው የሕዝብ ስልክ ጠዋት ከ2 ሰዓት እስከ 2፡05 ድረስ ይያዛል። ተጠቃሚው በሰፈር ውስጥ የሚታወቀውና በብዙዎች የሚፈራው እብዱ ነው። እንደ ቀልቡ ሁሉ ቤተሰቦቹ ያወጡለት ስሙ ከላዩ ላይ ጠፍቶ የሚጠራው "እብዱ" እየተባለ ነው። ጠዋት ከሚተኛበት መናፈሻ ተነስቶ የተጣለ የጫት ገረባ እየለቀመ የመኪናውን መንገድ መሀል ይዞ ይጓዛል። 2 ሰዓት የሚገባበት ሥራ እንደሚረፍድበትና እንደቸኮለ ሰው በፍጥነት እየተራመደ ወደ ሕዝብ ስልኩ ይመጣል። ሲደርስ ከሩቅ ከሚታየው ባንክ ግድግዳ ላይ የተሰቀለውን ሰዓት ትኩር ብሎ ይመለከታል።

ልክ የሰዓቱ ቁጥሮች ተቀይረው 2፡00 ሲሉ የሕዝብ ስልኩን የመነጋገሪያ እጀታ አንስቶ ሳንቲም ሳይከት፥ ቁጥር ሳይመታና “ሃሎ” ሳይል ቅልጥ ያለ ወሬውን ይጀምራል። እንደ ተከታታይ የቴሌቪዥን ድራማ ዛሬ ያወራውን ነገ አይደግመውም። የሰኞ ጠዋቱ ወሬ ስላሳለፉት ጊዜና ስለ ነበራቸው ፍቅር ነው።

“ታዲያ እኔ ምን ላድርግ? ቃላት ደርድሬና ወረቀት ላይ ጽፌ መጀመሪያ ፍቅር፥ ሰዓት። እኔ ነበር እኮ! አዎ! አዎ! ስሙኒ ነው የከፈልኩት። አንቺ ምን አድርገሽልኝ ነው? ጊዜውን! ጥለሽኝ ሄደሽ?”

የእብዱ ወሬዎች በጤነኛ ሰው ተሰምተው ፋይዳ የሚሰጡ አይደሉም። እሱ የሚለውን ለማወቅ በየመሀሉ ካለቦታቸው የሚከታቸውን ሐሳቦች አዳምጠው “ይሄ ሊሆን ይችላል” ብሎ በምናብ ውስጥ መዋኘት ነው። እንደ ስልክ ሳይሆን እንደ ቀበሌ ስብሰባ እሱ ብቻ አውርቶ ልክ የግድግዳው ሰዓት 2፡05 ሲል ስልኩን ዘግቶት ባሰኘው መንገድ ይጓዛል። ዛሬ ያወራቸው ሐሳቦች በሙሉ ከፍቅረኛ ጋር የመለያየት ስሜት ያላቸውና የሱ ጉዳት ላይ ያተኮሩ ናቸው። ፍቅረኛው ተለይታው ይሆን? ወይስ ሞታ ይሆን? የልቡን ሰምቶ ችግሩንና የሁለት ሰዓቱን ወሬ ሚስጥር መረዳት ቢቻል የእብደቱን ምክንያት አውቆ መፍትሄ መፈለግ ይቻል ነበር። “ግን እንዴት?” የሰው ሁሉ ጥያቄ ነው።

የለቅሶ ድባብ ያጠቆረውን ፊቷን በጥቁር ስስ ነጠላ ሸፍና

ከሩቅ እብዱን የምታየው ሴትዮ በሁኔታው አዝናለች። ከዓመት ዓመት እብዱ የሚያሳየውን ፅናት አድንቃለታለች። ነገር ግን ምክንያቱ ስላልገባት የእብደት መንገዶች ብላ ራሷን አሳምናለች። ቃሉን ለመጠበቅ የሚያደርገው ነገር ስላልገባት ባላበደው አዕምሮዋ ፈርዳበታለች።

የማክሰኞ ጠዋት አመጣጡ ከትናንቱ ለየት ያለ ነው። ከመሬት የለቀመውን የጫት ገረባ በግራ እጁ ይዞ ከመኪና መንገዱ ጎን ባለው ቀጭን የእግረኛ መንገድ ላይ ነው። ረጋ ያለው አረማመዱ የስልክ መጠቀሚያው ሰዓቱ እንዳልደረሰበትና ጊዜ እንዳለው ያወቀ ያስመስሉታል። ጫቱ ገረባ ላይ ተንቀው የተተዉትን ቅጠሎች ቀንጥሶ እየጎረሰ ቀስ ባለ ድምፅ ሁለት ሰዓት ላይ በስልክ እንደሚያወራው አይነት ወሬ ያወራል።

“ትርጉም የሌለው! መኪና የታባቱ! ስልኬ ጠራ ጠራ”

መኪና፥ ስልክ፥ ትርጉም አይ የሰው ልጅ ፈተና። የጤነኛው ሰው ምናብ ሥራውን ጀመረ። “በመኪና ሲጓዙ ፍቅረኛውን በአደጋ ያጣ ሰው መሆን አለበት” ብሎ ደመደመ። “ያ ይሆን ያሳበደው?” ብሎ ደሞ ተጠራጠረ። ሰው አላፊ ነውና “ውይ ውይ ውይ ወንድሜን!” ብሎ አለፈው።

ሰዓቱ ደርሶ ስልኩን አነሳ። ጆሮውን ከማዳመጫው ጋር ጥብቅ አድርጎ ለጥፎ የሌለ ድምፅ በትጋት ያዳምጣል። ቀጠል አድርጎ ዝብርቅርቅ ያለውን ወሬውን ይጀምራል።

“ዛሬ! ዛሬ እኮ ነው ቀኑ! ቦርሳሽን ይዘሽ አ መኪናው ደሞ እብድ ይሉኛል። እነሱ ምን ሊባሉ ነው? እብዶች!”

ዛሬ የሚያወራት ረጋ ባለ ድምፅ ነው። ደሞ በየመሀሉ ትቆጣዋለች መሰለኝ ካለ ልማዱ ዝም እያለ ያዳምጣታል።

“እሺ! እሺ! እሺ! መጣሁ።” እያለ የግድግዳውን ሰዓት ይመለከታል።

ሐሳቦቹ ተቀላቅለው አንድ ላይ ሲያወራቸው ለጤነኛ ሰው ግራ ያጋባሉ እንጂ ተራቸውን ጠብቀውና ጊዜአቸውን አክብረው ከአንደበቱ ቢወጡ ጤንነቱ ይመለስ ነበረ። ትናንት ያወራው ስለ ፍቅርና ዛሬ ደግሞ የሚያወራው ስለ ቦርሳ የሚጠቁሙት ስለ አንድ ሰው ከሕይወቱ መለየት ይመስላል። የእብዱን አዕምሮ ሸምና ሐሳቦቹን የጠላለፋቸው ምን ተከስቶ ይሆን?

እብዱ በጠዋት ተነስቶ መንገዱን እያሰሰ ወደ ቀጠሮው ሲመጣ አዳዲስ የሊስትሮውን ደንበኞች ያስደነግጣቸዋል። በዚህ የተነሳ ሊስትሮው እብዱን ጠልቶታል። እሱ ባይኖር የሚሰራው ገንዘብ አሳስቶት በምኞት ሀጢአት ተወጥሯል። ግን ቃልን ለማክበርና ለፍቅር ብሎ በእብድ አዕምሮው የተጎሳቆለ ሰውነቱን እየጎተተ በስልክ ስለሚያገኛት ሴት ሊስትሮው አላወቀም። በደንበኞቹ ዓይን አይቶ የእብዱን ፍቅር ኮንኖታል።

የረቡዕ ጠዋት ድባቡን አይቶ እብድ ነው ለማለት ያዳግታል። ፀጉሩ ባይንጨባረር፥ ልብሱ ባይቆሸሽና ባይቀደድ

ኖሮ ዝምታውና ትህትናው የጤነኛ ጨዋ ሰው ይመስላል። የማይቀረው ወደ ስልክ ጉዞው ግን ሰዓቱን ጠብቆ እየተከሰተ ነው። "ዛሬ እኮ! ስልኬ እየጠራ ነው! ሮብ ነው ጾም ነው ! ሮብ ነው ጾም! መጣሁ እንገናኛለን!"

ለጤነኛ የማትታየው መንፈስ ሃይማኖት ያላት፥ ሰው አክባሪና አልፎ አልፎ በአካል የሚያገኛት እውነት መሆኗን ተረዳን።

ጥምጣማቸው አምሮና ወዛቸው ጨፍ ብሎ በከዘራቸው እየታገዙ ለቅዳሴ በየጠዋቱ ወደ ቤተክርስቲያን የሚጓዙት ካህን ለእብዱ መፍትሄ ተመኝተዋል። 7 ቀን ፀበል ጠምቀው ውዳሴ ማርያም ቢደግሙለት አጋንንቶቹን አባረው ይፈውሱት ነበረ። የፍቅረኛውን ሃይማኖት አክብሮ፥ የጾም ጸሎቷን ቀን አስታውሶና አግኝቷት ሰላሟን ሊጋራ ያሰበውን እብድ እንደበሽተኛ ቆጥረውታል። እሳቸው ለዓለም ሰላም ሲጸልዩ እሱ የእሷን ሰላም እውን ለማድረግ ጓጉቷል።

ሐሙስ ጠዋት የሕዝብ ስልኩ ነፃነት ሆቴል ባረፈች አንዷት ወጣት ተይዟል። በረጅም የቤተሰብ ወሬ የተጠመደችው ወጣት የእብዱን የተናደደ ፊት ልብ አላለችም። እንደ ታቦት እሷንና ስልኩን ይዞራቸዋል። ቆም ብሎ የግድግዳውን ሰዓት አይቶ እንደገና እያልጉመነ ይዞራል። ለሁለት ሰዓት አራት ደቂቃዎች ሲቀሩ ፍጥነቱን ጨምሮና ድምፁን ከፍ አድርጎ መዞሩን ቀጠለ። እየቀረበ የመጣው እብድ ሳታስበው ሲያስደነግጣት ብርግግ ብላ ፊቷን ወደ ስልኩ አስጠግታ

እስከሚያልፍ ትጠብቃለች። በጨኸቶቹ መሀል "ደወለች! ተይዟል ስልኬ ስልኬ ጠራ። ይጠራል! ተይዟል"

የሚሉ ቃላት ይሰማሉ።

ጩኸቱ በመንፈራገጥ ታጀበ። የብዙ ዓመቱ እብድ ገና አዲስና ለማጅ እብድ መሰለ። መሬቱን እየደበደበ፥ ፀጉሩን እየነጨና ድምፁን ከመጠን በላይ ከፍ አድርጎ እየጮኸ ልጅቷን ሰላም ነሳት። ወሬዋን ሳትጨርስ የስልኩ እጀታ እንደተንጠለጠለ በፍራቻ ትታው ሸሸች። በአንድ ደቂቃ የዘገየው እብድ ስልኩን አንስቶ ፈጣን ወሬውን ቀጠል።

"ይቅርታ! ይቅርታ! እኔ አይደለሁም። እሷ ነች! ሰዓት ሰዓት ሰዓት አለፈ። እንደ ያኔለታው ሰዓት አለፈ።"

ብሎ የሐሙስን አጀንዳ በይቅርታ ሞላው።

እየፈራች ወደኋላዋ ብዙ ሮጣ ስትቆም ያልዘጋችው ስልክ አስጨነቃት። እብዱ አንስቶ ሲቀባጥር ቤተሰቦቿን ቢያስጨንቅባትስ? በእሷ ዓለም ውስጥ ከታ የእሱን አሳቢነት ዋጠችው። ቀጠሮውን ላለማፍረስ እራሱን ከወትሮ እብድነቱ ዝቅ አድርጎ ሲንፈራገጥ አስጠሊታ፥ ከሰው በታች የሆነ እብድ አድርጋ ሳለችው።

አርብ የሐሙስ ሰቆቃው መልሶ እንዳይደገምበት በጠዋት መጥቶ ለእሱ ብቻ የሚጠራውን ስልክ ይጠብቃል። ስልኩን

ይዞረዋል! በየደቂቃው ቆም ብሎ ከጎኑ ያለውን ስልክ ማንም እንዳልያዘው ያረጋግጣል። ፈገግ ብሎ ባለመያዙ ተደስቶ መልሶ ይዞረዋል። አንድ ደቂቃ አሳልፎ የሚያወራትን ሰው ማስከፋት የማይደግመው የትናንት ስህተቱ ነው። ሰዓቱ ደርሶ ያልጠራውን ስልክ አነሳው።

"ትናንት! ይቅርታ! ይቅርታ! ትናንት!"

እያለ ጀመረ። ዛሬ በጠዋት መምጣቱንና ስልኳን በጉጉት እየጠበቀ መሆኑን በተለመደው ዝብርቅርቅ ባሉ ቃላቶቹ አስረዳት። ለመናት፥ ሆዷን አራራው፥ ይቅርታዋን ጠየቃት። እሱ እንዳሰበው እሷም መለሰችለት። የራሱ አዕምሮ የሷን ፍቅር፥ ደግነት፥ ቁጣ፥ ሩህሩህነትና ድምፅ እያሰማ አስታረቃቸው።

ለሱ ብቻ ሲጠራ የሚሰማውን ስልክ አንስቶና ቁምነገር አውርቶ ለቀኑ ሰላም የሚገዛው እብዱ ሐሳቦቹ ተሰበጣጥረዋል። ከአበደ በኋላ ለእብደቱ ምክንያት የፈጠረለት አዕምሮው የሌለውን ሰው እንዳለ፥ የማይጮኸውን ስልክ እያስጮኸና የሁለት ሰዓት ቀጠሮ ይዞለት ለሕይወቱ ዓላማ ሰጥቶታል። አንድ ቀን አይተው የሸሹት ሰዎች ፈርተውታል፥ ደግመው የተመለከቱት አዝነውለታል፥ በትጋት ያጠኑት ደግሞ ጤናማነቱን ከእብደቱ ለይተው የራሳቸውን እብደት ገምግመውበታል።

ሕይወት መልኳን ቀይራና "እውነትን" ብዥ አድርጋባቸው ዓለማችንን ቀለም ከሰጧት ብልህ እብዶች ተርታ እብዱን አሰልፋዋለች። ያበደው አዕምሮው ሐሳብ ወልዶ ሰው ፈጥሯል፥

ስልክ እንዲጮህና ቀጠሮ እንዲያከብር አድርጓል፤ ገለልተኛ ቢሆንም የፈጠራ ችሎታው ከፍ አድርጎታል፤ ሥራ ባይሰራም ላመነበት ያለውን ጽናት አጠንክሮለታል። በአምስት ቀኖች የታየው የእብዱ ተግባር ትጋትን፥ ፍቅርን፥ አክብሮትንና ጭንቀትን አዋህዶ አሳይቶናል። የእኛስ አምስት ቀን ምን ይመስል ይሆን?

አንድ እግር ጫማ

እቃውን በጀርባው ይዞ ይዞራል። “ቆራሌው! ጠርሙስ ያሌው! ቆርቆሮ ያሌው!” እያለ የተዘጉ በሮች በድምፁ አስከፍቶ ጠርሙስ፥ ቆርቆሮ፥ ብረት እና የመሳሰሉትን ይለቅማል። የተሸከማቸው ቁሳቁሶች እንደ ሕይወት መንገዶቹ በያይነቱ ናችው። ከሁሉም አስበልጦ የሚራራለት ግን ለእድሜ ጠገቡና ቀለሙ ለለቀቀው የቁሳቁሶቹ መሸከሚያ ከረጢቱ ነው። የሱን ኮተት ሐሳቦች ሰብስቦ ከሚያንኳኳው ማሕደር ከጭንቅላቱ ጋር ያመሳስለዋል። ከረጢቱ ውስጥ እንዳሉ እቃዎች ሐሳቦቹም የተለያዩ ናቸው። ታላላቅ፥ ጠንካራ፥ ለስላሳ፥ ጩኸታም፥ ዝም ያሉ ሐሳቦቹ ቦታቸውን እያፈራረቁ ናላው ውስጥ ይተራመሳሉ። ብዙዎቹ እዛው ተዘርተው የበቀሉ ወይም በልጅነት ገብተው እየኮተኮተ የሚያሳድጋቸው ዘርፈ ብዙ ምጥማጦች ናቸው።

ኃላፊነት አስገድዶት አዲስ አበባ ኑሮ የጀመረው በደዊ መስቀሉ በትንሽ ጊዜ ውስጥ የከተማዋን እምብርቶች ጠንቅቆ አውቋቸዋል። አዲስ አበባ እንደተወለደበት ከተማ እንድብር የኑሮ ውድነቱ ባይመቸውም ለሥራ ግን አመቺ ሆኖለታል። ለዓላማው ስኬት ሲል ራሱን አሳምኖ፥ ወጭውን ቀንሶ፥ ሥራውን ጠዋትና ማታ ጠንክሮ ይዞታል። ከሁለት የአላባ ልጆችና አንድ ከጎጃም ከመጣ ጎልማሳ ጋር ደባል ሆኖ ወሎ ሰፈር የሚገኝ ትንሽ የቀበሌ ቤት ተከራይቶ ይኖራል።

በደዊን አዲስ አበባ ካጋጠሙት ነገሮች ሁሉ ሊለምደው ያልቻለው የመርካቶ ጥድፊያ ነው። የሰዉ ግርግር የአገናን ዛፎች ያቀጨጩትን ምስጦች ጥርቅም ያስታውሰዋል። የሰዎች ጩኸትና የእቃዎች ኳኳታ ጆሮው መስማት ከሚችለው መጠን አልፎ ራሱን ያዞረዋል። የመንገዶቹ ጥበትና የሰዉ ብዛት ካልተገፋፋና ካልተሻሸ መንቀሳቀስ እንዳይችል አድርጎታል። የገበያውን ፍጥነት እንኳን በዓይን ተከታትሎ ለመረዳትና ለአዕምሮውም ሕልም ይመስለዋል። እናቱ ከጓሯቸው ጎመን ቀጥፈው የሚሰሩትን ክትፎ፥ ወተት አልበው የሚንጡትን ቅቤና እንሰት ቀብረው የሚጋግሩትን ቆጮ የሚመስሉ ምግቦች ዛሬ ለንግድ መርካቶ ቀርበው ያያቸዋል። ይሄኔ ሳያስብና ሳይከፍል ያደገበት የቤተሰቦቹ ቤትና የወላጆቹ ውለታ ይከብደዋል።

በደዊ በስሙ ልዩነት የከተማ ልጆች የሚተርቡት ተረብ ሰልችቶታል። ቃላት እየጠመዘዙና ፊደል እየለወጡ አንዴ ደዌ፥ አንዴ ባለደዌ፥ አንዳንዴ ደሞ ሰባዊነት ተሻግረው በዴ እያሉ

ስሙን እንዲጠላ አድርገውታል። በድሉ እያለ ስሙን የምኞቱ ገላጭና ለቀልድ ያልተጋለጠ የከተማ ልብስ ደርቦበት አዲስ ለሚተዋወቀው ሰው ሁሉ ይናገራል።

በደዊ በእንድብር ኑሮው የተዋጣለት አትክልተኛና አገና የሚገኘው የደስአለኝ የእንግዳ ማረፊያ ሎጅ ሠራተኛ የነበረ ጠንካራ ሰው ነው። ሰማይ ጥሮ፥ የሐበሻ ፅድ፥ ወይራ የመሳሰሉትን ዛፎች እንየተንከባከበ ለእንግዶች ዓይን ደስታ እንዲሰጡና ግቢውን በጥሩ መዓዛ እንዲያውዱ ያበቃቸው ባለውለታቸው ነው። በየቀኑ ጠዋት የመጀመሪያዋን ሚኒ ቫን ይዞ ከእንድብር ተነስቶ ወደ ሎጁ ይጓዛል። በጠዋት ደርሶ እንደ ልጅ የሚንከባከባቸውን የአትክልቶቹን አዳር ይመረምራል። የእንግዶች የማታ ስካር ያደረሱባቸውን አደጋዎች ካቋቋማቸው፥ ከተቀነጠሱት ቅርንጫፎቻቸው፥ ከረገፉት ቅጠሎቻቸውና ግንዳቸው ስር ካሉት የተወላገዱ የእግር አሻራዎች ይረዳላቸዋል። ጠርጎ፥ ደልድሎና አስተካክሎ ደሞ ለማታው ስቃያቸው ያዘጋጃቸዋል። ቀኑ ተጋምሶ ፀሐይ ስትጠነክር ቧንቧው ጎን ካለው የዋንዛ ዛፍ ስር አረፍ ብሎ የሎጁ ሥራ አስኪያጅ የሚሰጡትን ምሳ ይቀምሳል።

ዛሬ የዋንዛው ጥላና የዛፎቹ ናፍቆት አዕምሮው ጥግ ሰፍረውና ድምፃቸውን ዝቅ አድርገው ከሚመዘምዙት ሐሳቦች አንዱ ሆኖ ከብዶታል። ከነሱ የሚስተካከል አንድም ሌላ ወደ ትውልድ መንደሩ የሚጎትተው ናፍቆት በውስጡ የለም። የአባቱ ጤንነት ያሳስበዋል፤ ለራሱ እውነቱን ካልደበቀ ግን እንደ ዛፎቹ አያስጨንቀውም። የአዲስ አበባ የፎቅ ዛፎች ያስጠሉታል።

ከፀሐይ አይከልሉትም፤ ሲጠጋቸው ጠባቂዎቻቸው ያባርሩታል፤ ብርሃን አንፀባርቀው ዓይኑን ያደክሙበታል።

ሐሳቡን ሰብሰብ አድርጎ "ቆራሌው! ጠርሙስ ያሌው! ቆርቆሮ ያሌው!" ብሎ ጮኸ። ትንሽ እንደተጓዘ ቢጫና ጥቁር ላስቲክ በግራ እጁ የያዘ ወጣት ቀዩን የብረት በር ከፍቶ በደዊን አስቆመው። ገና የላስቲኩን አንገት በእጆቹ ጥብቅ አድርጎ እንደያዘ የእቃዎቹን ጥራትና አዲስነት ጎላ ባለ ድምፅ አወጀ። በደዊ ትንሽ ዋጋ ጠርቶ ውስጡን እንዳይጎዳ ማስጠንቀቂያ ይሆን ዘንድ ስለጥራታቸው አጭር ማብራሪያ ሰጠ። ላስቲኩን ከፈተና ከበደዊ ዓይኖች ዞር አድርጎ አንድ የዛገ የትንሽ መኪና የቸርኬ ክዳን አወጣ። ክርክሩ ከባድ ነው። መኪናውን እንጂ የመኪናውን አንዱን ክፍል ብቻ የያዘ አይመስልም ነበረ።

በደዊም ቀላል ሰው አይደለም! የወጣቱን ዓይኖች ትኩር ብሎ እያየ፥ ጉንጮቹን ከፍ አድርጎ ከንፈሮቹን በማሽሚጠጥ እንዳዘነበትና የወጣቱ አዋጅ ውሸት እንደሆነ አስመስሎ ... "ቆራሌው! ጠርሙስ ያሌው! ቆርቆሮ ያሌው!" እያለ ጥሎት ሄደ።

ብዙ ዋጋ ማግኘት አይደለም መሸጥ መቻሉ ጥያቄ ውስጥ የገባው ከተሜ ሮጦ በደዊን ተከተለው። እቃዎቹን መደበቁን ዘንግቶ ላስቲኩን ከፍቶ አስጎበኘው። ወርቅ አድርጎ ያስተዋወቀውን እቃዎች እንደ መናኛ ቁሳቁሶች ለራሱ እንዲያተርፉ አስተካክሎ ገዛቸው። ይባስ ብሎ ወጣቱ እሱን እንደጎዳውና በሚቀጥለው ጊዜ ሲመጣ መካስ እንዳለበት በደግነት ትወና አሳመነው።

አዲስ የገዛቸውን እቃዎች አትርፎ ለመሸጥ ሲያስብ መርካቶ ምን አለሽ ተራ ብረት የሚያቀርብላቸው ነጋዴ በውስጡ መጡበት። ብረት አቅልጠው እየቀጠቀጡ መላ አሲዘው ነፍስ ይዘሩበታል። በደዊ የሚያመጣላቸውን ብረታብረቶች ምድጃ፥ ጭልፋ፥ አካፋ እና ወደ መሳሰሉት ጠቃሚ እቃዎች ይለውጣሉ። የብረቱ ሙቀት ወላፈን እና ቀኑን ሙሉ የሚቦንባቸው አመድ በላባቸው ታግዞ ፊታቸው ላይ ተመርጎ፤ አዲስ ለሚያያቸው ሰው እንኳን እድሜአቸውን ሊገምት ቀርቶ የፊታቸውንም ቅርፅ ለመገመት እያቃተው፤ አፍንጫቸው ለመተንፈሻ ብቻ የሚሆን ቀጭን ቀዳዳ ትቶ በጥቁር አመድ ተደፍኖ፤ ላብ ያጣበቃቸው ከንፈሮቻቸው በቶሎ አፋቸውን ከፍተው እንዳያወሩ እያዘገያቸው፤ ዓይኖቻቸው ብርሃን ማንፀባረቅ ትተው ደብዝዘው፤ በየደጃፉ የሚሰማው የማያቋርጥ የቅጥቀጣ ድምፅ የማውራት ፍላጎታቸውን ቀንሶና የጆሯቸውን ታምቡር አሳስቶባቸው፤ አንድ አንዴ የብረት መቀጥቀጫው መዶሻው ኃይል እየነዘራቸው ከእጃቸው አምልጦ እያፌዘባቸው... በደዊ ይህንን ሲያስብ ቀኑን ሙሉ ዞሮ፥ ብዙ አይነት ፀባዮች አስተናግዶ የሰበሰባቸውን ብረታብረቶች በጥሩ ትርፍ መሸጥ ይጨንቀዋል። የሳቸውን እድሜና ልፋት በሀሳቡ ሲመለከት አዝኖ ትርፉን በሕሊናው ገድቦ ይሸጥላቸዋል። ይህንን ሲያስብ ሥራውን ዘንግቶ ለትንሽ ደቂቃዎች ፈዘዘ።

ከቀን ቅዠቱ ሲነቃ “ቆራሌው! ጠርሙስ ያሌው! ቆርቆሮ ያሌው!” እያለ መንገዱን ቀጠለ።

አሁን የደረሰበት በቆርቆሮ አጥር የታጠረው ቤት ግቢው

ትንሽ ስለሆነ ድምፆች በቀላሉ ከውጪ ይሰማሉ። የነጠላ ጫማ ኮቴ ድምፅ ወደበሩ ሲመጣ ሰማ። ሂታንያ መሆኗን ገመተ። ከረጢቱን ከጀርባው አውርዶ የግራ እግሩን አስደግፎ አቁሞ ሂታንያ በሩን ከፍታ እስክትወጣ ጠበቃት።

"ይሄንን አንድ እግር ጫማ አሁንም አልሸጥሽውም?"

"...ምንድነው በየሳምንቱ እየተሸከምሽ ልጁን የምታደርቂው?" ብለው የጫማው ጉዳይ ያልገባቸው የሂታንያ አሠሪ እማማ አመለወርቅ የታዘቡትን ተነፈሱ። "አይ እማማ! ጥሩ ዋጋ አልሰጥ ብሎኝ እኮ ነው" ብላ ፍጥነቷን ጨመር አድርጋ ከቀጣዩ ጥያቄአቸው ጆሮዎቿን አስመለጠቻቸው።

አንድ እግር ጫማ ይዛ የወጣችው ወጣት በሩን ከኋላዋ ገርበብ አድርጋ የእማማን ቁልጭልጭ ዓይኖች ወሬ ነፈገቻቸው። ሂታንያ በደዊን ጥምጥም ብላ አቀፈችው። በየሳምንቱ መጥቶ እንደሚያያት ቃል የገባላትን ረስቶ ሁለት ሳምንት መዝለሉ ምን ያህል እንዳበሳጫት እንባ ባረገዙት ዓይኖቿ እየሳሳች አስታወሰችው። በደዊ እያመለጡ ጠብ የሚሉትን የሂታንያ እንባዎች እየጠረገ እያዳመጣት የምታፈሰው ማባበያ ቃላት በእንባዎቿ መጠን መለሰላት። ልክ እንድብር እንደሚያውቃት ሩህሩህና የዋህ ሆና አገኛት።

በጭላንጭል በሚታያቸው ወሬ ያልረኩት የእማማ ዓይኖች ተቁለጨለጩ። እድሜ መራመድን የቀነሱባቸው እግሮቻቸው

ቀርበው እንዳያዩ በሩ በጣም ራቀባቸው። ድምፃቸውን ከፍ አድርገው የሂታንያ በር ላይ መቆም ሊያደርሱባቸው የሚችሉትን አደጋዎች አንድ በአንድ ዘረዘሩ። ለሌባ ቤቴን ከፍታ ታስነበኛለች ብለው ኃጢአቷ ላይ ግፍ ጨመሩ። የእማማ ቁጣ እየበረታ ሲመጣ ጨዋታቸውን ተደዋውለው እንደሚቀጥሉ ተነጋግረው ሊለያዩ እጃቸውን እንደተያያዙ አንድ ተጣጥፎ መሀረብ ያከለ ወረቀት በእጇ አስጨበጣት። ደብዳቤው ሆዷን ሊያባባ እንደሚችልና ጠንከር ብላ ማንበብ እንዳለባት መከራት።

የአባቷንና የምትወደውን የአገና ተክለሃይማኖትን ታቦት ስም እየጠራች ደብዳቤውን ምላ ከእጇ ወስዳ ወደቤት ገባች። እማማ ቁጣቸውን ረስተው ዓይናቸውን ለመርዳት ጥቁር ክብ ጠርዝ ያለውን መነፅራቸውን ከቦርሳው አውጥተው አደረጉት።

"አሁንም ይዘሽው ተመለስሽ?"

ሂታንያ በባለ አበባ ሻማ ቀሚሷ በከፊል ደብቃ የያዘችውን አንድ እግር ጥልፍልፍ ጫማ ትኩር ብለው እያዩ።

"አይ ልፋት! እንደው እሱን ጫማ እሸጣለሁ ብለሽ ስትመላለሺ ያረግሽውን ጫማ ጨረሽው እኮ" ብለው እርጅና ባቆራረጠው ድምፃቸው ዝግ አድርገው ለራሳቸው አወሩ። በደዊ የሰጣትን ደብዳቤ ለማንበብ የቸኮለችው ሂታንያ የእማማን የሚልጎመጎም ድምፅ ችላ ብላ በፍጥነት ወደ ጓዳ ገብታ ደብዳቤውን ማንበብ ጀመረች።

"ይድረስ ለልጄ በደዊ መስቀሉ እንደምን ሰንብተሀል? ስልክ ስትደውል እንባ እየቀደመኝ ማውራት ስላቃተኝ ይህቺን አጭር ደብዳቤ በልጅነት ጓደኛህ አፅፌ ልኬልሀለሁ። ቸሩ መድሃኒዓለም ይመስገን እኔም አባትህም በሕይወት አለን። እኔም ጠዋትና ማታ ከመጾም እና ከመጸለይ በስተቀር ሌላ ሥራ የለኝም ። አባትህ ሕመማቸው እየባሰባቸው ነው፤ ሲነጋ አንተንና ሂታንያን እያሰቡና ሕመማቸውን ከኛ እየደበቁ ሲሰቃዩ ይመሻል። ሂታንያ እኛ ወላጆቿ ካጨንላት ሰው ተሰውራ ከጠፋች ቀን ጀምሮ የሰፈር ሰው መሳቂያና የደዌ መጫወቻ ሆነን ቆይተናል። ትታ የሄደችው ደብዳቤ ደህንነቷን ቢያረጋግጥልንም ንዴታችንን አባብሶብናል። ጸሎታችን ሂታንያን አግኝተሃት፥ መክረህና ተቆጥተህ ትታው የሄደችውን ሕይወቷን እንድትቀጥል ወደ እንድብር እንድትመለስ ነው። እግዚአብሔር ይርዳህ።"

በደዊ እንደገመተው እናታቸው የላኩለት ደብዳቤ ሂታንያን ረበሻት። እናቷ አገጫቸውን በቀኝ እጃቸው መዳፍ ላይ አስደግፈው መሬት፥ መሬት እያዩ የሚተክዙት ትዝ አላት። ለምትወዳቸው አባቷ በሽታ መባባስ ምክንያት መሆኗም አስከፋት። ለበደዊ በተክለሃይማኖት ስም የማለችለትን አፍርሳ የእናቷን ስቃይና የአባቷን ሰቆቃ የያዘውን ደብዳቤ አዝና፥ ደጋግማ አነበበችው። የልቧ ትርታ ድም… ድም… ድም… እያለ ሳያስፈቅዷት በጉንጮቿ የሚሽኮለኮሉትን የእንባ ጠብታዎች አጀባቸው።

የ14 ዓመቷ ወጣት ሂታንያ ቤተሰቦቿ ተንከባክቦ ሊያስተዳድራት ለሚችለውና በእድሜ ብዙ ዓመት ለሚበልጣት

እድሉ ተመስገን ሊድሯት ቀናት ሲቀር ጠፍታ ወደ አዲስ አበባ ኮበለለች። በደዊ እንድትጠፋ መክሮና እማማ አመለወርቅ ቤት ሥራ አመቻችቶ ከአስኮበለላት በኋላ በመፈለግ ሰበብ የሚወደውን ሥራ ጥሎ ደህንነቷን ለመጠበቅ ወደ አዲስ አበባ የመጣ ታላቅ ወንድሟ ነው። የሂታንያ እናት እሷን ሲወልዱ በመካከለኛ እድሜ ላይ ነበሩ። አያቶቿ አሁን እናቷ ለእሷ እንደሚመኙት በልጅነት ጋብቻ የሚያምኑ ለባህልና ለሃይማኖታቸው ታማኝ ነበሩ። ሴት ልጅ የወጣትነት እድሜዋን በብዙ ዓመት ካለፈች ፈላጊ የሌላት፥ ለቤተሰቦቿ ደጋፊ ባል የማታመጣ፥ የዘላለም ሸክምና ማፈሪያ እንደምትሆን ያምኑ ነበር። ለዚህ ባህል ታማኝና ደጋፊ ስለሆኑ ለስኬቱ ግፊታቸው ጠንካራ ነው።

እድሉ ተመስገን ሂታንያን ያያት ገጠር ዘመዶቹን ለመጠየቅና የመስቀል በዓልን ለማክበር ከአዲስ አበባ ወደ እንድብር ሲመጣ ነው። የማረከችው ባለ አበባውን ቢጫ ሻማ ቀሚሷን ለብሳ፥ የልጅነት ፊቷን በቫዝሊን አድምቃ፥ ጥልፍልፍ ጫማዋን አድርጋ ከእኩዮቿ ጋር ስትጫወት ነው። በማግስቱ በለጋ ቅቤ የራሰው ፀጉሯ ላይ ሦስት አደይ አበባዎች ሰክታ በደመራው እሳት ጭላንጭል ውልብ እያለች በውበቷ ደግማ ደጋግማ አስደመመችው። ዘመናን መስላ ስትቦርቅ ከእሱ ዘመን ነጥላ ያለ እድሜው ልጅ አደረገችው። በቆመበት ልቡን ነጥቃ ነፍሱን ስታለመልማት የፈዘዘ ሰውነቱን ተመልካች አደረገችው።

እናቷ በቀይና አረንጓዴ አለላ ቀለማት ሙዳይ ሰርተውና ሁለት የብር ሀብሎች ከአሞራ ሜባ ማክሰኞ ገበያ ገዝተው በስጦታ አዘጋጅተዋል። ለአዲሱ ጎጆዋ የሚሆን እርቦ፥ ለቤት

መጥረጊያዋ ሚቻ፥ ለውሃ መጠጫ አንጃፉ፥ የሰሌን ዘንቢልና ግይም (በእንጨት የተሠራ ትራስ) አዘጋጅተውላታል። እሳቸው ቤት የለመደችው ከማጀቷ ጎድሎባት እንዳትደናገር አስበው ለቡና መውቀጫዋ መቀጥቀጥ ከእሚ ጋር፥ ለመቀመጫዋ ጠቀሻ እና ለክትፎ ማውጫዋ አንቀፎ ገዝተው ጨመሩላት።

እድሉ ለአባትና ለእናቷ ከባህሉ ወጣ ያለና ከፍለው የማይጨርሱት ውለታ በጥሎሽ መልክ ሰጣቸው። አባቷ እድሉ ከሰጣቸው ገንዘብ ቀንሰው እንደ አላባ ኮፍያ ክርክም ባለ ሳር ጣሪያ የተከደነ ጎጆ ሰርተው የሰርጓን ቀን ይጠባበቃሉ። የሂታንያን ዓይኖች ለመማረክ የቤቱን ግድግዳ በአበባ ሥዕል አስጌጡት። አዲስ ኬሻ አስነጥፈው የወለሉን አፈር ሙሉ ለሙሉ ሸፈነት። ለመኝታዋ ይሆን ዘንድ ከደረቅ እንሰት ወፍቾ የተሰራ ጅባ አስነጠፉላት።

የጉራጌ ማኅበረሰብ ሥራን የሚሠራውም ሆነ ምርት የሚያመርተው በደቦ ነው። የመስቀልም በዓል ልክ እንደ ማኅበራዊ አኗኗሩ በህብረት ይከበራል። በዓሉ ከመድረሱ በፊት ወራት የሚፈጁ ብዙ ቅድመ ዝግጅቶች ይደረጋሉ። ለደመራ የሚሆን እንጨት ተፈልጦ ቤት ገብቶ ዘጌረ ይደርቃል፥ ለቆጮ የሚሆን እንሰት ይቀበራል፥ ለቡላ፥ ለክትፎ፥ ለቡና፥ ለጎመንና ለሌሎች ብዙ አይነት ምግቦች መስሪያ የሚሆን ቅቤ ተነጥሮ ይቀመጣል። ለእንግዳ መቀመጫ የሚሆኑ ጅባዎችና ወለሉን መሸፈኛ ኬሻዎች ተሠርተው ይዘጋጃሉ። የመስቀል በዓል ለጉራጌ ማኅበረሰብ ከሃይማኖታዊ ፋይዳው በተጨማሪ የቤተሰብ መገናኛ፥ የማኅበረሰብ ማጠንከሪያ፥ ለአቅመ ትዳር የደረሱ

ወጣቶች መተያያና ለተተኪ ትውልድ ህፃናት ባህል ማስተላለፊያ ትልቅ ትርጉምና ባህላዊ ይዘት ያለው አመታዊ ድግስ ነው።

እድሉ ሂታንያን ለሦስተኛ ጊዜ ያያት በሰፈሩ አዛውንት አቶ አበጋዝ ቤት የሻኛ ቀን ሲከበር ነው። የሻኛ ቀን ትልቅ ክብርና የአንድነት መልዕክት ያዘለ ከደመራ ሦስት ቀን በኋላ የሚከበር በዓል ነው። ሂታንያ እነሱ ሰፈር የታረደውን የበሬ ሻኛ አጅባ አዛውንቱ ቤት ስትገባ እድሉ ፊት ለፊት ከተነጠፈው ጅባ ላይ ቁጭ ብሎ የመስቀል ጭፈራ ያደከመውን የሂታንያን ውበት በግላጭ ተመለከተው። እጆቹን ከጥግ እስከ ጥግ ከፍቶ "የተንቢ የተንቢ" እያለ የባህሉን መልካም የእንግዳ አቀባባል ዘይቤ ለሷ ብቻ አስመስሎ ቃኘው። እፍረት ከልጅነት ጋር ተደምሮባት ድምፅ በሌለው ስሜት "እያም የተንቢ" እያለች ፈጠን ፈጠን ብላ ለበዓሉ ድምቀት የከብት ደም የተቀባውን ኤቸባ (ምሶሶ) ተደግፎ ከተነጠፈው ጅባ ላይ እንዘጭ አለች።

እድሉ ከትልቁ ጣባ ላይ እየተጨለፈ የሚሰጠውን ክትፎ በጥረስ (የኮባ ሳህን) እየተቀበለ፥ ከላዩ ቅቤ እያስጨመረ፥ ከቀንድ በተሰራው አንቀፎ ለአፉ ያቀብለዋል። በዝግታ እያላመጠ ዓይኖቹን ሂታንያ ላይ እንደተከለ ፀሐይ ጠልቃ ብርሃን በጨለማ ተወረሰች። የሰፈሩ ደመራ ነዶና ሽማግሌዎች መርቀው ሲጨርሱ ሂታንያና ጓደኞቿ አመዱን እየዘለሉ መጫወት ጀመሩ። እድሉም በሐሳቡ አብሯት እስኪደክመው ድረስ ዘለለ።

የሂታንያ ቤተሰቦች እድሉ ያቀረበውን የጋብቻ ጥያቄ የተቀበሉት በደስታ ነው። ተከለ ቁመናው ያማረ፥ ሀብቱ ከሷ

አልፎ እነሱንም የጠቀመ፥ ተንከባክቦ ሊያስተዳድራት የሚችል ታማኝ ሰው በመገኘቱ ተደስተዋል። የሂታንያ ሕይወት እነሱ በሚያውቁት መስመር ጉዞውን ጀምሯል። ትምህርቷን ተምራ፥ ሥራ ይዛ፥ የምትፈልገውን ሰው መርጣ ማግባት የሚለው ሕልም እነሱ በገሀድ የሚያውቁት እውነታ አይደለም።

እድሉ አዲስ አበባ አብሯት ከሚኖረው ሚስቱ ሁለት የ13 ዓመት መንትያ ሴት ልጆችና አንድ የ9 ዓመት ልጅ አለው። ሂታንያ የገጠር ንብረቱን እያስተዳደረች ሁለተኛ ሚስቱ፥ አልፋም ሌላ ቤተሰብ እንድትመሰርት ለእድሉ ልትዳር የቀሯት ጥቂት ቀናት ናቸው። እናቷ ፈትለው ያሰሩላትን ባለ ቀይ ጥለት የሀገር ልብስ፥ ስስ ቀይ ሻሽ፥ በአጭር ጥቁር ክር አንገቷ ላይ ልጥፍ ያለውን መስቀሏና በባንዲራ ቀለማት ያሸበረቀውን መቀነቷን አስራ ተውባለች። ከወንድሟ ከበደዊ ጋር የነደፈችውን እቅድ እንደ ጥሩ ተዋናይ ከፊቷ ደብቃዋለች።

በደዊ የእናቱን ምኞት ጠንቅቆ ያውቃል። እሱም አንዲት ቆንጆ ያገር ሰው አግብቶ አባቱ በሰሩለት ጎጆ ውስጥ ኑሮ እንዲጀምር ብዙ ግፊት ደርሶበት ተቋቁሞታል። ስለዚህ የእህቱን የሂታንያን ውስጣዊ ጭንቀት በሐሳቡ ለመሳል አልከበደውም። የልጅነት ጋብቻን ሐሳብ አይደግፈውም። ቤተሰቦቹ ትንሽ ተምሮ፥ ማንበብና መፃፍ አውቆ ዘመድ አዝማድ ይረዳል ብለው ትምህርት ቤት ሲያስጀምሩት ባህሉን የሚቃረን ዕውቀት ይሸምታል ብለው አላሰቡም ነበረ።

በደዊ ፊደል ቆጥሮ የአስኳላ ትምህርቱን የጀመረው

በእንድብር ተክለሃይማኖት ቤተክርስቲያን ውስጥ በሚገኘው ቄስ ትምርት ቤት ነበር። ትምህርቱን ገፍቶበትና አድጎ ደሳለኝ እንግዳ ማረፊያ ሎጅ ሥራ እስኪጀምር ድረስ ምንም አይነት ባህል የሚጋፋ ህሊና አላደበረም ነበር። ሎጁ ውስጥ ያያቸው፥ የሰማቸውና የተዋወቃቸው የተለያዩ ያገር ውስጥ እና ፀጉረ ልውጥ ሰዎች አዕምሮውን በትንሽ በትንሹ ቀየሩት። እንዲያነብ፥ እንዲጠይቅ፥ እንዲመራመር ገፋፉት።

‘ልጆች እንጂ ሙሽሮች አይደሉም’ (Girls not Brides) ከተባለ አንድ መሰረቱ አፍሪካ ውስጥ የሆነና መንግሥታዊ ያልሆነ ድርጅት በየሦስት ወሩ ደሳለኝ ሎጅ እየመጣች የሁለት ቀን እረፍት የምታደርግ አንዲት የጋና ተወላጅ ነበረች። የበደዊ ታታሪነትና ለአትክልቶቹ የሚያደርገው እንክብካቤ በጣም ይማርካታል። ከብዙ መግባባት በኋላ ታናሽ እህት እንዳለው ሲነግራት የተለያዩ ምስሎች ያዘሉ የሚነበቡ ወረቀቶች ታመጣለት ጀመረ። ብዙዎቹም ለአቅመ ሄዋን ያልደረሱ ሴት ልጆችን ጋብቻ የሚዳስሱ ርእሶች ሲሆኑ አንዳንዶቹ ደግሞ ስለ አትክልትና አበቦች እንክብካቤ የሚተነትኑ ናቸው። በደዊ የሚገባውን እያነበበ የማይገባውን በተሰባበረ እንግሊዝኛ እየጠየቃት የቻለውን ያህል ተረዳ። ብዙዎቹ የአትክልትና አበቦች ትንተናዎች አይጥሙትም ነበር። ግን ጽሑፎቹ ደሳለኝ ሎጅ ያሉትን ዛፎች የእንግሊዝኛ ስም በደንብ እንዲያውቅ ጠቅመውታል።

ለአቅመ ሄዋን ስላልደረሱ ሴት ልጆች ጋብቻ የሰጠችው ወረቀቶች ያዘሉት ምስሎች ያስጨንቁት ነበር። አንድ ቀን ደክሞት እቤት ሲገባ ከኪሱ ወድቆ እናቱ ዓይን ላይ አረፈ።

ምንም እንኳን ጽሑፉ ባይገባቸውም ምስሎቹን አይተው በሀዘኔታ በደዊን ስለ ልጆቹ ታሪክ ጠየቁት። ነፍስ ካወቀ ጀምሮ አንድም ቀን አድርጎት የማያውቀውን የእናቱን ዓይን እያየ ዋሻቸው። ታሪኩን ገልብጦ ባል ያጡ ልጆች ናቸው ብሎ ቶሎ ሊገባቸው በሚችል መልኩ ነገራቸው።

ከብዙ ወራት ጥናትና መረጃ ስብሰባ በኋላ ስለ ታዳጊ ሴቶች ጋብቻ ያለው የዕውቀት መጠን ሂታንያን ለማሳመን ያበቃው መሰለው። በልጅነቷ ጠንካራና የቤተሰብ ምሶሶ መሆኗን ተንብየው ሂታንያ ወይም በጉራጊኛ ቋንቋ እሷ ነች ብለው እናቷ የሰየሚት አዕምሮው ውስጥ ገዘፈ። በሐሳቡ መስማማቷን እየተጠራጠረ ግን ሊነግራት ወሰነ። ባል እንደታጨላት የማታውቀው ሂታንያ የበደዊን ሐሳብና ማስረጃዎች ከልጅነት በማይጠበቅ ፅሞና አዳመጠችው። ከመስማማት ልቃ ከዚህ ጉድ የሚያወጣትን የሐሳብ ጥንስስ አሻሽላ ለመተግበር ቅርብ አደረገችው።

በእንሰት ከግማሽ በላይ ተከልሎ ጣሪያው ብቻ የሚታየው የነሂታንያ ቤት ሾልኮ ለመውጣት ምቹ ነበር። በደዊ ከሥራ ቀደም ብሎ ወጥቶ እንድብር አንደኛ ደረጃ ትምህርት ቤት ግቢ ውስጥ ቁጭ ብሎ ሂታንያን ጠበቃት። እሷም ጨለማን ተገን አድርጋ፥ እናቷንና አባቷን በዓይኗ ብቻ ተሰናብታቸው፥ ህሊናዋን አጠንክራ በደዊ ያለበት ቦታ መጣች። ተያይዘው ወደ ደሳለኝ ሎጅ ክፍል ቁጥር 5 ተጓዙ። ክፍሉ ውስጥ በደዊ ቀስ በቀስ እያወጣ የሰበሰበው ልብሶቿና አዲስ የገዛላት ሞባይል ተቀምጠዋል። ድንጋጤዋን አራግፋ ሳትጨርስ የአምስት ቁጥር

የእንጨት በር ጭቅ ብሎ ተንኳኳ። ድንጋጤዋ ተመልሶ በረታባት።

በደዊ ሂታንያን አረጋግቶ የጋናዊቷ ትልቅ መዳፍ የደበደበውን በር ቀስ ብሎ ገርበብ አደረገው። ጋናዊቷ “ሰላም! ሰላም! ሰላም!” እያለች የምታውቃትን ቃል ወርውራ ስትገባ ተከትሏት የገባው ሹፌሯ ታዲዮስ የሂታንያን የሚንቀጠቀጡ እጆች ጨብጦ የልብ ትርታዋን አረገበው። ታዲዮስ ሂታንያ እድሜ ጠገብ እናቱን እማማ አመለወርቅን እየተላላከች ትምህርቷን እንድትከታተል ወደ አዲስ አባባ ሊወስዳት ተስማምቷል። ስለ ነገ ጠዋት የአዲስ አበባ ጉዟቸው ተወያይተው ሲጨርሱ በደዊ ወደ ቤት ተመልሶ ቤተሰቦቹ ሂታንያ ቤት ውስጥ አለመኖሯን እንዳይጠረጥሩ የታቀደውን ትወና ተወጣው። በድቅድቅ ሌሊት ከሚሰራበት ሎጅ እንግዳ ጋር አብሮ ወደ አዲስ አበባ የላካትን እህቱን ጠዋት ደንግጦ የመፈለግ ትርኢት ጀመረ።

እድሉ የሂታንያን መሰወር ሲሰማ ጥልቅ የስሜት ጉዳት ተሰማው። የፈለገውን ነገር ከስኬት ሳያደርስ ለመኖር አይደለም አንድ ሌሊት ለማደር የሚያስችል ጥንካሬ የለውም። የቤተሰቦቿ የት እንዳለች አላውቅም ብሎ መሽምጠጥ በእሱ ላይ የተሰራ ደባ እንጂ እውነት አልመስል አለው። “እንዴት ነው 15 ዓመት ያልሞላት ልጅ ያለቤተሰቦቿ እርዳታ እልም ብላ የምትሰወረው” ብሎ ራሱን ደግሞ ደጋግሞ ጠየቀ። ዘመድ አዝማድ አስተባብሮ የእንድብርን ጓዳዎች በሙሉ አሰሰ። አገና፥ ጉመር እንዲሁም ወልቂጤ ድረስ ሰዎች አሰማርቶ አስፈለጋት። የለችም! ጥርጣሬው ወደ ንዴት ከዚያም ወደ ክስ አመራ። ቤተሰቦቿን ጆካ ሸንጎ

ያገር ሽማግሌዎች ፊት በባህል ችሎት ከሰሳቸው። የማይገባቸውን ጥሎሽ እንደ ማስረጃ አቅርቦ ቃላቸውን የማጠፋቸውን ወንጀል አጉልቶ የጆካ ግራር ስር ለፍርድ የተሰየሙትን የእንድብር አዛውንቶች እንዲፈርዱለት ተማፀናቸው። እነሱም አመኑት!

የሂታንያ ቤተሰቦች ባህል ያለማክበርና ቃል ያለመጠበቅ ቅሌት ተከናነቡ። የሰፈር መነጋገሪያ ወንጀለኞች ሆኑ። አባቷ የሰነበተ ሕመማቸው ጠነከረባቸው። ጎረቤትና ወዳጅ ሸሻቸው። እናቷ እውነቱን ወደሚያውቀው አንድዬ ፈጣሪአቸው አንጋጠው ቀንና ማታ በጾም በጸሎት ተማፀኑት። የእንድብር ተክለሃይማኖትን ደጀሰላም ከፀሐይ በፊት ተከስተው ጧፍ አበሩለት፥ በእንባቸው በሮቹን አራሱት።

የበደዊ ሐሳብ የፈጠረው የሐዘን ድባብ የነሂታንያን መንደር የለቅሶ ቤት አስመሰለው። መንደርተኛው ሁሉ ሰላምታና ደስታ ቆጥቦ እየሰፈረ መለዋወጥ ጀመረ። እናትና አባቱን ከመጀመሪያው ውሸቱ አስበልጦ በሚጎዳቸው መልኩ ደግሞ በውሸት ቀጣቸው። ሚስጥሩ ለሰው ማካፈል የማይችለው ለሚንከባከባቸው አትክልቶች ብቻ የሚነግረው የህሊና ስቃይ ሆነበት።

በደዊ የታላቅ ወንድምነት ፍቅሩ አስገድዶት ሚስጥሩን ከደበቀና አዲስ አበባ ከገባ ሁለት መስቀሎች አለፉ። እናትና አባቱ ተስፋ እንዳይቆርጡ ከሷ የተላከ በማስመሰል ደብዳቤ እየጻፈ ጎዶሎ ሕይወታቸውን በእንጥልጥልና በጉጉት አቆየው። ሂታንያ ቤተሰቦቿን እየናፈቀች ግን ለአላማዋ ታማኝ ሆነች።

እማማ አመለወርቅ ቤት እየሰራች የማታ ትምህርቷን በትጋት መከታተሏን ቀጠለች። እድሉ ፍላጎቱን በመነጠቁ የደረሰበትን ንዴት እያስተዛዘነና ከከተማ ሚስቱ የወለዳቸውን ልጆች እያሳደገ ለጥቂት ቀናት ያያት የሂታንያ መጥፋት ያደረሰበትን እልህ ተቋቋመው።

በሂታንያ መሰወር እልህ ውስጥ የሚዋኘው እድሉ ያልተጠበቀ ጥያቄ ደረሰበት። የሂታንያ የሁለት ዓመት ታናሽ ለሆነችው ጠይም ልጁ ልጅህን ለልጄ የሚል ጥያቄ ቤቱን አንኳክቶ አገና ከሚገኙ አንድ የባለፀጋ ልጅ ተላከበት። ለአስራ አምስት ዓመቷ የእድሉ ልጅ የደረሰው የትዳር ጥያቄ እድሉ ለሂታንያ እንዳቀረበላት በመስቀል ወቅት ነበር። እንደ ዓይኑ ብሌኑ የሚንከባከባትን ልጁን አሳልፎ መስጠት ረበሸው። ፈቅዶ ከዳራት ትምህርቷን እንደምታቋርጥና የባሏ ጥገኛ እንደምትሆን ተሰማው። ሳሳላት!

የእድሉ መንታ ሴት ልጆች በትምህርታቸው ጎበዝና የወደፊት ትልቅ ዓላማ ያላቸው ታዳጊ ወጣቶች ናቸው። የአንደኛዋ ልጁ እቅድ ዶክተር ሆና ኢትዮጵያ ላይ ያለውን የሕክምና ባለሙያዎች እጥረት መቅረፍ ነው። ለትዳር የታጨችው ጠይም ልጁ ደግሞ የፖለቲካ ሳይንስ ትምህርት ጨርሳ ፖሊሲ እየዘረጋች የሀገርን የእድገት አቅጣጫ ማስተካከል ነው። ይህንን እቅዷን አደናቅፎ በልጅነቷ እንድትዳር መፍቀድ ትልቅ ስህተት መስሎ ታየው።

የዛሬ ሁለት አመት ሂታንያን ለጋብቻ መጠየቁ ታሪክ

ሆኖ ዛሬ ለልጁ ጋብቻ ተጠያቂ ሆነ። ሂታንያን ለጋብቻ መጠየቁ በአንድ ጊዜ ተገልብጦ ኃጢአት መሰለው። የዛሬ ሁለት ዓመት ያልተሰሙት ስሜቶች በውስጡ መንሸራሸር ጀመሩ። “ግን እኮ” እያለ የሂታንያንና የልጁን ልዩነቶች ለድርጊቱ ማስረጃና ለህሊናው ማሳመኛ እንደ ምክንያቶች ለማቅረብ ሞከረ። ሰው በሞላበት ቤት ውስጥ ቁጭ እንዳለ የብቸኝነት ስሜት ወረሰው። ሁሉ ነገር ሸሽቶት ብቻውን ሲቀር በዓይነ ህሊናው ታየው። ልዩነታቸው ለገጠሬዋ ሂታንያ አድልቶና ኃጢአቱን አብዝቶ ወደ አልጠበቀው ውሳኔ መራው።

እድሉ ሽማግሌዎች ሰብስቦ ጃካ ሸንጎ የሂታንያን ወላጆች ካለ ኃጢያታቸው ያቆማቸው ትዝ ብሎት አዕምሮውን ኮረኮረው። እነሱ ጥፋት መሆኑን ባላወቁት ድርጊት እሱ ይቅርታ ሊጠይቃቸው ወሰነ። ሂታንያ ሳትፈቅድ ገና በልጅነቷ እንደ ሁለተኛ ሚስት አግብቶ ከወደፊት ተስፋዋ ሊያሰናክላት እንደነበረ በልጁ ዓይን ሲመለከተው ግልፅ ያለ ጥፋት ሆኖ ታየው። የእንድብር ተክለሃይማኖት ካህን የሆኑትን ንስሐ አባቱን አማክሮ መጀመሪያ ፈጣሪውን ይቅርታ ጠየቀ። የሂታንያን ወላጆች ካለጥፋታቸው ሸንጎ ባቆማቸው ግራር ስር ተንበርክኮ ምህረታቸውን ተማፀነ። በባህል ታውረው ለፈቀዱት ጋብቻ ኃጢያተኛ እነሱ ሳይሆኑ እሱ መሆኑን አወጀ።

የነ ሂታንያ ቤት የዘንድሮ የመስቀል በዓል ከመቸውም ይበልጥ ደመቀ። የሂታንያ አባት ደስታ ውስጣቸውን ፈንቅሎ በረጅም ምርቃት ተመስሎ ወጣ።

ወኸሚያ ኬር የኽር!

(ዓመት በዓሉ የሰላም ይሁን)

እንም ቦሔ ቶጣወ የግባ!

(የወጣ ሁሉ በሰላም ይግባ)

ቦንበር ያነቦም ሰብ ኽን ያብኖ፤ባሪቅ የነበር ያፎርኮ ሰብ ኤጥፋ!

(ሽማግሌ አይጥፉ፤ ለተሾሙት ልቦና ይስጣቸው)

ገነንዳ ኬር የኽር፣የጨነኔ በሳና የግባም የጣ!

(የወለድነው በሰላም ወጥቶ ይግባ)

የጨነውዮ የትራቆ፤የተራቆም ኽኖ የአበሩስ፣የቀያ፣የገነ ይጠቅምኩ ደረግ ያብኖ!

(የተወለደም ይደግ፣ ይባረክ፣ለቤተሰብ ለሀገር የመጥቀም አቅም ይስጣቸው)

ወሄነት ኤሽን ኹታ ገብ የበር!

(ሰላም ለሌለው ሰላም ይስጠልው)

የጉራጌ ዴንጋ ወጠቀም ቲውሪ የጆካ ዝግባ የኽር!

(የጉራጌ ልጆች ወደቁ ሲባሉ እንደ ጆካ ዝግባ ይሁኑ)

ሻካች ኤስድብንድ!

(አስታራቂ አይጥፉ)

ቲና የቀፐረ ቅዱስ ሚካኤል የምራወ!

(እኛ ያስቀረነውን ቅዱስ ሚካኤል ይሙላበት)

አሚን

(አሜን)

እህያዋ

ስም የለኝም! እንደቀኑ የጌታዬ ውሎ “አአአሽ፥ ወግድ” ወይም በዘሬ ስያሜ “አንቺ አህያ” ተብዬ እጠራለሁ። ወደኔ ለሚወረወሩት የስም ጥሪዎች ሁሉ ዞር ማለት ግዴታዬ ነው። ምክንያቱም ስም የለኝምና! የየደቂቃ ስሜን መገመትና መታዘዝ ከሥራዎቼ አንዱ ነው። ጠዋት እና ማታ ከባባድ እቃዎች ተሸክሜ የማያልቁ ረዣዥም መንገዶች እጓዛለሁ። እኔም እንደወለደችኝ እናቴ እና እንደማላውቀው አባቴ በዚህ ሥራ አርጅቼ በጌታዬ ጭካኔ እየተገረምኩ ሞቴን እጠባበቃለሁ።

ጌታዬ ከአንደበቴ የሚወጡ ድምፆችን ለመረዳት አቅም የላቸውም። ድካሜን እና መከራዬን ለመግለፅ የማሰማውን እሮሮ ብኩን ያደርጉታል። ሲበርደኝ፥ ሲደክመኝ፥ ውሀ ሲጠማኝ፥ ሲያመኝ የሚሰማኝን ስሜት ለጌታዬ የምገልፅበት አንድ አይነት

የሚመስሉ ድምፆች ከዚህ ሁሉ የሎሌነት ዘመን በኋላ ለጌታዬ እንግዳ ስለሆኑ ለእኔ ስሜት መልስ ተቃራኒ ድርጊት ይፈፅማሉ። ሲደክመኝ በዱላቸው ዠልጠው ከድካሜ የባሰ ሕመም ይጨምሩልኛል፥ ሲርበኝ አፌን ለጉመው ሳር ይከለክሉኛል። ትልቅ ጆሮ ኖሮኝ የምሰማው የጌታዬ ቋንቋ አይገባኝም። ትልቅ ዓይን ተሰጥቶኝ ከመንገድ ሌላ እንዳይ አልተፈቀደልኝም። አራት እግር ይዤ ፈርጥጦ የማምለጥ ድፍረቱ የለኝም። የመኖሬ ዋስትና የጀርባዬ ሸክም መቻል ብቻ ነው።

የማክሰኞ ውሏችን ከሁሉም የላቀ ረጅምና አሰልቺ ነው። የኔና የጌታዬ የጠዋት ጉዞ አራት ሰዓት የሚፈጅ ሲሆን፥ ቀናችን ከሌሊቱ አስር ሰዓት ጀምሮ እስከ ውድቅት የሚቆይ ነው። ስንሄድ ጌታዬ ወፍራም ዱላቸውን ይዘው፥ እንዳይበርዳቸው በጋቢ ተሸፋፍነው፥ የኬሻ ኮፍያቸውን አንጋደው አድርገውና ለመንገድ የሚሆናቸውን ስንቅ ብቻ በጃቸው ይዘው ከኋላዬ ይጓዛሉ። እኔም ማክሰኞ ገበያ የምንሸጠው አንድ ኩንታል ጤፍ እና ውሃ ይዘን የምንመለስባቸው ሁለት የላስቲክ ጀሪካኖች ሆዴና ጀርባዬ ላይ ጥብቅ ብሎ በሚጠላለፍ መጫኛ ይታሰሩብኛል። መጫኛው ከመጥበቁ የተነሳ የሆዴን ነጭ ቆዳ ሰርስሮ ወደ ሥጋዬ ይጠጋል። ያማል!

ስንመለስ ያለውን ጉዞ የገበያው ስኬትና የጌታዬ ስሜት ይወስነዋል። ጌታዬ ውሃችንን ቀድተው ካሸከሙኝ በኋላ ድካማቸውን ለመርሳት ወደ ጠጅ ቤት ገብተው የማር ጠጅ ይጎነጫሉ። እኔ ታማኙ አገልጋያቸው እንዳልጠፋ ይሁን ራሴን እንዳላጠፋ አንዱን የፊት እግሬን አጥፈው

ኮቴዬን ከጭኔ ጋር አጣብቀው ያስሩታል። እሳቸው የደንቡን አድርሰው እስኪመለሱ ድረስ እኔ ላለመፈንገል እየታገልኩኝ የታሰሩብኝን ሁለት ጀሪካን ውሃ እንከባከባለሁ።

ጉዞ ስንቀጥልና ጠጅ ያራሰው የጌታዬ ሰውነት መወላገድ ሲጀምር የእኔን ቀጥ ብለው የሚሄዱ እግሮች መስመር ሲስቱ ጥፋተኞች ያስመስላቸዋል:: ድካም አስረሺ በሆነው ወፍራም ዱላቸው ጀርባዬን ይደልቁኛል:: ዱላቸው ጎድቶኝ ገደድ ስል ለሰከረው መንፈሳቸው መስተካከሌ ይታያቸዋል። እኔ በዱላቸው ብዛት ስወላገድ እሳቸው ረጅሙ ጉዞ የጠጡትን ጠጅ ከውስጣቸው ሲያተንላቸው እንቀጥላለን። ከትንሽ ደቂቃዎች በኋላ በዱላቸው ብዛት የሚወላከፉት እግሮቼ መስመር ሲስቱ ስካሩ ለበረደላቸው ዓይኖቻቸው ኩልል ብሎ ይታያቸዋል። ደሞ እግሮቼ ከዓይናቸው እስኪስተካከሉ ድረስ ይደበድቡኛል። እረፍት ሲፈልጉ እንደ ልማዴ ያስሩኛል። አህያ ነኝና ዝም እላለሁ።

ጌታዬ ስንሄድ አንዴ ስንመለስ ደግሞ ሁለቴ ባለቤታቸው ካሰሩላቸው አገልግል ውስጥ እየቆነጠሩ ቀማምሰዋል። ጠጅ ቤት ቆም ብለን በሶስት ብርሌ ጥማቸውን አርክተዋል። እቤት ስንገባ እኔ ከተሸከምኩት የጀሪካን ውሃ አንድ ተጎንጭተዋል። እኔ ግን ያ! አህያ አንደበቴ! እንደራበኝ እንኳን አፍ አውጥቶ መናገር አቃተው። እጋጤ ውስጥ ገብቼ እግሮቼን ማሳረፍ አማረኝ ። ነግቶ የምቀምሰው ጭድ እና የምጠጣው ውሀ ናፈቀኝ። አይ አህያ መሆን!

ባለፈው ጊዜ በማላውቀው ወደል አህያ ተጠቅቼ አርግዣለሁ። ሆዴ ትልቅ ሆኖ ጌታዬ ዓይን ውስጥ እስከሚገባ ድረስ ማርገዜ የሚሰማኝ እኔ ብቻ ነኝ። ውስጤ ያለው ልጅ እጣ ፈንታ ልክ እንደ አያቱ እና እንደ እኔ እንደ እናቱ መሸከም ብቻ ነው። ጌታዬ ጀርባዬ ላይ የሚያሳርፉት ዱላ ሆዴ ውስጥ ያለው ልጄን እየነዘረው ለወደፊት ጭካኔ የተሞላ ሕይወቱ ያዘጋጀዋል። ተፈጥሮ ነውና መቸም መወለዱ አይቀርም። የአህያ ልጅ! አሉ ሲሳደቡ።

የረቡዕ ጠዋት ውሎዬ አንድ እግሬ እንደታሰረ ሳር መጋጥ ብቻ ነው። የምጓዘው መንገድ ወይም ከኋላዬ ሆኖ የሚደበድበኝ የለም። የማክሰኞ ሕይወቴን ዘንግቼ የሐሙስ ገበያ ስቃዬን እስከምኖረው ድረስ ‘ሸንከል ሸንከል’ እያልኩ ሳሬን እግጣለሁ። አህያነት እጣ ፈንታዬ ነውና…

ጡረታ

አውቶ ቫዝ በሚባል የሩሲያ ኩባንያ ተፈጥሬ እና በአውሮፓዊያኖቹ አቆጣጠር ከ1970ዎቹ ጀምሮ እግር አውጥቼ የዚችን ዓለም መንገዶች አንዴ እየቆምኩ አንዴ እየተነሳሁ መኳተኔን ቀጥያለሁ። በዋጋዬ መመጣጠንና በጠንካራነቴ የምታወቅ ስሆን የፖሊስ መኪና፥ ታክሲና የብዙ የመንግስት ሠራተኞች አገልጋይ በመሆን ታማኝነቴን አስመስክሬአለሁ። ከሁሉ በላይ ግን ሰዎች በጣም ግልፅነቴን ይወዱታል። ትንሽ የመኪና ዕውቀት ያላቸው ሰዎችና ጎበዝ ሜካኒኮች ድምፄን ሰምተው በሽታዬን በቀላሉ ይረዳሉ፤ ሆድቃዬን ከፍተው ብልቶቼን ሲሻቸው አውጥተው አልያም እንደተሸከምኳቸው እየጠገኑ ከደዌዎቼ ይፈውሱኛል።

በስሱ የሚያውቁኝ ሰዎች ከቅርብ ዘመዴ፥ ዓይን አፋሯና ከባለ አራት መብራቷ ፊያት 125 ጋር እያማቱኝ ስሜቴን

ይነኩብኛል። አውቃለሁ እሷ ዓይኖቿ ያምራሉ፥ ቀያይ ቅንድቦቿ እንደ እኔ ከዓይኖቼ ስር ሳይሆን ከጎንና ከጎን ሆነው ብልጭ ድርግም እያሉ ብዙ ሰዎች ይማርካሉ። ግን እኔስ? ጆሮዎቼ አነስ ብለው በጣምራ በሚወዛወዙት ዝናብ መጥረጊያዎቼ ታጅበው ሲታዩ ምን ያህል የሰው ልብ እንደሚሰቅሉ የፊት መብራቶቼና የምተነፍስበት ጭስ መውጫዬ ምስክር ናቸው። ብዙ ጊዜ "ቅንጥስ" እያሉ መንገድ ላይ የሚገትሩኝ እግሮቼ ቀጫጭንና መሀል ላይ በተለጠፈ ልሙጥ ቆርቆሮ ያጌጡ ናቸው። ምቾት የተፈጠርኩበት ዓላማ ስላልሆነ ተሳፋሪዎቼን በተቀመጡበት አንገላታለሁ፤ የሹፌሩን ጡንቻ በከባድ መሪዬና በደረቀው ማርሼ እፈትናለሁ፤ ጉድጓድ ካጋጠመኝ ጉዳቴን በቀጥታ ለተሳፋሪዎቼ አስተላልፋለሁ።

የውስጤን ቃጠሎ በጭስ ማውጫዬ "ቡልቅ... ቡልቅ... ቡልቅ..." እያደረኩ ስጓዝ መንገድ ላይ የማልፋቸውን ሰዎች ልብስ አበልዛለሁ። ለእኔና ለሹፌሬ የሚወረወሩትን ስድቦች፥ እርግማኖችና አልፎ አልፎም ድብደባዎች እንደ ቆርቆሮነቴ ጎርበጥ እያልኩኝ እችለዋለሁ። ከኋላ እየተንደረደሩ የሚጎሽሙኝን መኪኖች በጠንካራው የቂጤ ከለላ ብረት እየተከላከልኩ መብራቶቼን፥ የመንግሥት ንብረት የሆነውን ሰሌዳዬንና ትንሿን ኮሮጆዬን እከላከላለሁ። መቼም መኪና ነኝና እኔ ተሳስቼ ከገጨኋቸው የተሰራሁበት ብረት ጥንካሬ የነሱን ለስላሳ ገላ እያጨራመተ ከመጠን በላይ ይጎዳቸዋል። አንዳንዴ ሹፌሬን እያስቆመ የኋላ ሰሌዳዬን ከላዬ ላይ በፊሊፕስ መፍቻዎቹ የሚነቅለውን ፖሊስ በፍጥነቴ አመልጠዋለሁ። ድንቄም ፍጥነት እቴ!

ታዲያ የዛሬ ዋነኛ የብሶቴ ምንጭ የጡረታ ጊዜዬ አለመከበርና የአገልግሎት ዘመኔ መራዘም ነው። ፈጣሪዎቼ ሩሲያኖች ካለሙልኝ የአገልግሎት ጊዜ የእጥፍ እጥፍ እጥፍ እያገለገልኩ፥ መልኬ እስከሚጠፋኝ ድረስ ቆርቆሮዬን እየቀጠቀጡ፥ መተንፈሻዬን በማላውቀው ብረት እየለበዱ፥ ራሴ ላይ ከአቅሜ በላይ እያሸከሙና ደራርበው ቀለም እየቀቡ ማንነቴን አጥፍተውብኛል። አንዳንድ ባለንብረቶች ጡረታ ወጥቼ እንደ ሌሎቹ መኪናዎች መንከራተቴን እንዳላቆም ጠር ሆነውብኛል። ስማቸውን እየጠራሁ ባላስቀይማቸውም የጃፓኖቹ ወንድሞቼና እህቶቼ እነ እንትና ዛሬ ጡረታቸው ተከብሮና ተገነጣጥለው የአበባ ማስቀመጫ፥ የሌላ መኪና መለበጃ፥ የሰው ቤት አጥር መድፈኛ እየሆኑ የመጨረሻ እድሜአቸውን ይገፋሉ። እኔ ግን መንገድ ለመንገድ እንከራተታለሁ።

እስቲ ፍረዱኝ! እኔን በሆድቃዬ ገብተው ጡሩንባዬን ከመሪዬ ላይ አንስተው ፍሬቻ ማብሪያው ላይ ገጥመውታል። ሁሉ ሰላም ብዬ ወደ ቀኝ ለመታጠፍ ፍሬቻዬን ሲነኩኝ እጮኃለሁ፥ ማርሼን ዜሮ አድርገው በየቁልቁለቱ ያንደረድሩኛል፥ ማቆሚያዬ የሆነውን ፍሬን ብዙ በመጠቀም አሳስተው ካለደንቡ ጎማዬን እያጋጩ ያቆሙኛል፥ ሎንችና እንኳን የማይችለውን ኮተት ከላዬ ላይ ጭነው ወደ ውስጥ ያጎደጉዱኛል፥ የበሮቼን እጀታ ሰብረው በረጅም መፍቻ ውስጤ ድረስ እየበሱ በግድ ይከፍቱኛል፥ አንዱ የፊት መብራቴ ተቃጥሎ በጨለማ ለሚያዩኝ ትንሽ ሞተር ሳይክል እንጂ ባለ ግርማ ሞገሱ ላዳ አልመስልም ...ኧረ ስንቱን ላውራው ...

ይህ ብሶቴ ለፈጣሪዎቼ እንዲደርስ ብዬ አድማ ጀምሬአለሁ። አሳቻ ቦታ እየቆምኩኝ ሹፌሩን ማናደድና ተሳፋሪዎቼን ማንሳቀሉን እንደ ብቸኛ አማራጭ የአድማ ስልት እየተጠቀምኩበት ነው። ፒያሳ 40 ደረጃ ስር አጉረምርሜ 70 ደረጃ ስደርስ ቆሜአለሁ፥ ሌሎች መኪኖች ከማይደፍሩት ፓርላማ ፊት ለፊት ቆሜአለሁ፥ እናንተ ቤት በራፍ ላይም ቆሜአለሁ፥ የሩሲያ ፈጣሪዎቼ ስላልሰሙኝ ድንገት የናንተ ፈጣሪ ከሰማኝ ብዬ የጥምቀት ታቦት መንገድ ዘግቼም ቆሜአለሁ፥ የቸኮሉ የአየር መንገደኞችን ሰዓት አስረፍጃለሁ፥ የብዙ ሠራተኞች ደሞዝ አስቀንሻለሁ፥ የፍቅረኞችን ቀን አበላሽቻለሁ። ኧረ ስንቱ ስንቱን ላውራው... ግን አሁንም ውጪዬን እያጠቡና ውስጤን ግሪስ እየቀቡ በየቀኑ ገፍተው ያስነሱኛል።

አቤት በኔ ሰበብ ሹፌሬ ላይ የሚደርሰው ስቃይ! ፓርላማ ፊት የቆምኩ ጊዜ ልክ እሱ አውቆ እንዳቆመኝ ቀይ ኮፍያ ያደረጉና ጡንቻቸው የተነረተ ወታደሮች ከግራ ወደ ቀኝ ሲያዋክቡት፥ ለጥምቀት ጊዜ ታቦት አጅበው የወጡ ምእመናን እንደ ንብ ወረው መግቢያ ሲያሳጡት፥ ከሁሉ በላይ ግን ፓርላማ ቆሜ ያገኙን ወታደሮች ደግመው ቤተመንግስት በር ላይ ቆሜ ሲያገኙን ያወረዱበት የዱላ መዓት እግዚኦ! ግን፥ ግን እናንተስ ቤት በር ዘግቼ የቆምኩ እለት በሳፋ ሙሉ እቃ ያጠባችሁበትን በፓስታ፥ በጎመንና በታኘከ አጥንት እጣቢ በተከፈተው በሬ አሾልካችሁ ሹፌሬን ያለበሳችሁት። ውይ! አንዳንዴ ይገርመኛል! ለምን እንደማበሳጫቸው ተሳፋሪዎች የቆምኩበት ጥሎኝ እንደማይጠፉ።

ታክሲ ሆኜ ስሠራ የቀን ውሎዬ በጉድ የተሞላ ነው፥ የማታው ደግሞ ከቀኑ የባሰ ጉደኛ ነው። ከሀምሳ በላይ እድሜ ያላቸው እናት ተሳፋሪዎቼ ባዶ እጃቸውን ገበያ አድርሻቸው ሲመለሱ ግማሽ ገበያውን ገዝተው ባሉኝ ቀዳዶች ሁሉ ይወሽቁብኛል። ዓመት በዓል ከሆነ ደግሞ ነፍስ ያላቸው እንስሶች ሳይቀር ከጣሪያዬ ከምረው፥ የሚበሉ ነገሮች ከጎናቸው ቆልለው፥ የሚሸቱ ቅባቶች ከኋላ ኮሮጆዬ ውስጥ ከተውና ሹፌሩን ዋጋ አስቀንሰው ካሉበት ቦታ ረጅም መንገድ ጨምረው ያሰቃዩኛል። በዛ ላይ ቁጣቸው! ቅቤ የሸጠላቸውን ሰውዬ ሲረግሙ፥ በሽንኩርት መወደድ ደግመው ደጋግመው ሲገረሙ፥ በየመሀከሉ መንግሥትን፥ ጎረቤታቸውን፥ በቅርብ የሞቱትን የእድር ዳኛ ሳይቀር እያነሱ ሲያፈርጡ የሹፌሬን አዕምሮ ያጣብባሉ። ተሳፋሪዎቹን ትቶ የእኔን መሪ እየጨመቀና ማርሼን በኃይል እየቀየረ እነሱ የጫሩትን ንዴት በኔ ይወጣብኛል።

ውይ! ውይ! ውይ! የዩኒቨርሲቲዎቹ ወጣቶች ሲሳፈሩ ደግሞ የኋላ ወንበሬ ላይ የሚደርስበትን ስቃይ ፈጣሪዎቼ የሩሲያ ኢንጂነሮች እንኳን መገመት አይችሉም። ገበናዬን ለመሸፈን በለበስኳቸው ጨርቆች ውስጥ እጃቸውን እያሾለኩ በድብቅ ንክኪ ሥጋዊ ፈንጠዝያቸውን ይወጡብኛል። እሱ እሷን ሲቆነጥጥ የኔን ጨርቆች በማያገባቸው ይፈጉብኛል! እሷ እሱን ስትቆነጥጠው የተሳሉት ጥፍሮቿ ጨርቆቼን በስተው ይቀዱታል። በንዴት የሹፌሬ እግሮች ቤንዚን ሲጨምሩልኝ የስፖርት መኪና የሚመስል ጩኸቴን እያሰማሁ ከባጃጅ ያነሰውን ፍጥነቴን ጨምሬ የንዴት ጉዞዬን እቀጥላለሁ። በጣም ከመረረኝ ደግሞ ዳገት ላይ ቆሜ ወጣቶቹ ወርደው ግማሽ

መንገድ በእግር እንዲጓዙ አደርጋለሁ።

ሲመሽማ አታንሱት! የሰካራሞቹ፥ የሴተኛ አዳሪዎቹ፥ የፓርላማ አባሎቹ፥ የአፍሪካ አንድነት ድርጅት ተሰብሳቢዎቹና ሹገር ዳዲዎቹ እየተፈራረቁ እየተጫኑ በአንድ ዓይን መብራቴ ከተማዋን ያሳስሱኛል። የሴተኛ አዳሪዋ የአፍሪካ አንድነት ተሰብሳቢ ይዛ ሆቴል ስትገባና ሹገር ዳዲው አንድ ፍሬ ልጅ ይዞ አልቤርጎ በር ላይ ሲያስቀሙኝ ቀርቀሮ ነኝና ዝም ብዬ ለሹፌሬ ትዕግስት እመኛለሁ። የእሷን ሁለት የሚያክለው የአፍሪካ አንድነት ድርጅት ተሰብሳቢ ግብግቡን ጨርሶ እስከሚመለስ ሹፌሬንና እኔን ብርድ ላይ ይገትረናል። ተመስገን መጣ ስንል ደግሞ ጥማቴን ማራሻ ብሎ በየመሸታ ቤቱ ያንከራትተናል። የፓርላማው አባል ደሞ በተናደደ ቁጥር የፊት ወንበሬን እየደለቀ ወደ መስታወቴ ፎቀቅ አድርጎታል። መሮኛል! አድማዬ ብዙ ተሳፋሪዎች እያናደደና የሹፌሬን ገንዘብ እየጨረሰ ወደ ጡረታዬ ቀረብ እንዲያደርገኝ ጠንክሬ መሰበሬን እቀጥላለሁ።

የላዳ ምልክቴን አንግቤ ጡረታዬ ይከበር! ከሥራ አሰናብቱኝ! ከሥራ አሰናብቱኝ! እያልኩ እየጮኹኩ ለጊዜው ሹፌሬ በለጠፈብኝ ጥቅሶች እፅናናለሁ።

ጢ በ ጪ ይስቃል!

መንግሥትና ተሳፋሪ ሊወርዱ ሲሉ ነገር ነገር ይላቸዋል!

ፍቅረኛ አጣሁ ብለህ አትጨነቅ ታክሲም ማጣት አለና!

ለወሬኛና ለአምስት ሳንቲም መልስ የለንም!

ሌላዎቹ ደግሞ

ገብርኤል መንገዴ ነው!

የሚካኤል ክንፎች ይከተሉኝ!

ዋናው ሹፌር ኢየሱስ ነው!

የማርያም ስጦታ!

ወዘተ...

ወዘተ...

ወዘተ...

እያልኩ ለናንተ ፈጣሪ በእናንተ የሕይወት ጸሎት ለኔ የሕይወት ዘመን ማለፍ እጸልያለሁ።

የመጨረሻ ቃል

ሞቶ በበሰበሰ አዕምሮ ኃይል የሚንቀሳቀሱት 'ሰዎች' ሥጋዬን ዘለዘሉት። በፈጣሪ ሥራ ጣልቃ ገብተው ነፍሴን ካለ ጊዜዋ ከገላዬ ለዩዋት። የእኔ ቀጣይ ጉዞ መስመሩ ወደ ገነት፥ አላማው ግልፅ፥ ሕይወቱ የዘላለም ነው። ሆዴ ተቆርጧል፥ ሥጋዬ እንደ ቅርጫ ብቻ ብቻውን ሊመደብ ታቅዷል፥ ደሜ ገዳዮቼ የኔ ነው በሚሉት መሬት ላይ ተረጭቷል። የነሱም የሕይወት መንገድ ታውቋል። የዲያቢሎስ አባታቸውን መልእክት አድርሰው፥ የደም ጥማቱን አስታግሰው ስሜቱን አድሰውለታል። የሳሱለት አፈራቸው በእኔና በማሕፀኔ በነበረው ልጄ ደም ርሷል፥ መሬታቸው በግፋቸው ኃጢአት ልክ ተረግሟል። የእኔ ነፍስ የልጄን ንፁህ ነፍስ አጅባ ወደ ፈጣሪዋ ሄዳለች። የገዳዮቼ ነፍስ ግን ስለት ተሸክማ አሁንም ሌላ ሥጋ ልትከትፍ ትቅበጠበጣለች።

ኢትዮጵያ ውስጥ መታረድ የሰው እጣ ፈንታ ሆኖ እኔ ላይ ደርሷል። ዛሬ ተሰብስቦ የተቀበረውን ገላዬን እያሰብኩ የመጨረሻ ቃሌን ትሰሙኝ ዘንድ ተማፀንኳችሁ። ምክንያቱም እጣ ነውና እንዳይደርሳችሁ ፈራሁኝ።

ቆዳችን በስለት ሲቆረጥ ምን ያህል እንደሚያም ታውቃላችሁ። ግን አጥንት ሲፈለጥ፥ ሰውነት ሲበለትና ፅንስ በውስጤ ሲገደል ምን ያህል እንደሚያንገበግብ እጆቼን እያርገፈገፍኩና ደረቴን እየደቃሁ ባሳያችሁ ደስ ባለኝ ነበር። ግን አልችልም! ሰውነቴ ተቆራርጦ ከሰው አንሻለሁ።

እኔ ከተወለድኩ በኋላ በሰማሁት ዘሬ ኃጢአት ብለው ፈረዱብኝ። እነሱም ከተወለዱ በኋላ ባወቁት ዘር ተመክተው ገደሉኝ። የእኔን ፍርድ ትክክል ነው ካልን የልጄ ኃጢአትስ ምን ነበር ይሆን? ዘሩን ሳይሰማ መቀጨቱ ገና መሬቷ ላይ ሳይቧርቅ፥ ከምንጯ ውሃ ሳይጠጣ፥ ከአየሯ ሳይተነፍስ በጭካኔ መገደሉ። በጥላቻ በጨቀየ አዕምሮ ተፈርዶበት በክፋት በፈረጠሙ ገላዎች ጭካኔ ፍርድ ተበየነበት። የምወዳት ሀገሬ፥ መቀበሪያዬ፥ ኢትዮጵያዬ ዝቅ ብላ ልጄን ሕይወት ነሳችው። እንኳን ተወልዶ ልታሳድገው ቀርቶ ገና በማህፀኔ እንዳለ መኖርን ነሳችው።

ዛሬ በዘሬ ዘንግ ተንተርሰው ጠልተውኝ የቆራረጡት ገላዬ ነገ አፈር ሆኖ ዘር ሊያበቅልላቸው መፍረሱን ጀምሯል። የኔም ቀጣይ ምኞት ፍሬ ለግሻቸው ሲመገቡኝ ውስጣቸው ገብቼ የወረሳቸውን ጥላቻ ማወቅ ነው። በደም ሥራቸው ተጉዤ ስለት ያነሳውን እጃቸውን፥ በልባቸው አልፌ መራራ ደማቸውን፥

በሀሞታቸው ተከስቼ ጨካኝነታቸውን እመረምራለሁ። ከተቻለኝ ደማቸውን አጥርቼ፥ ልባቸውን አራርቼ የጃቸውን ኃይል ወደ ሥራና ዓይናቸውን ወደ ፍቅር እመራዋለሁ።

በግፍ ለሞተው ልጄ ስላላያት ሀገሩ ስለ ኢትዮጵያ እነግረዋለሁ። የሕዝቡን ጀግንነት፥ የሃይማኖቱን ጥልቀት፥ የመሬቱን ደግነትና የአየሩን ምርጥነት ገነት ከገጠመው የፈጣሪው ፍቅር ጋር እያመሳሰልኩ አስረዳዋለሁ። በምድሯ ላይ በደረሰበት ጭካኔ ቂም እንዳይዝ እለምነዋለሁ። በኔ ውስጥ የሚያውቀውን ደግነት እያሰበ ለሕዝቧ እንዲጸልይ እማፀነዋለሁ።

ከመሬቷ ተዛምዳችሁ የእኔ እጣ ያልደረሳችሁ የኢትዮጵያ እናቶች ልጆቻችሁን ከዘር ጥላሸት አንፁአቸው። ዛሬ የምታሳድጓቸው ልጆች ነገ ፅንስ በስለት አርደው ሳይሆን ሕይወትን በዕውቀት ታግዘው የሚያድኑ ዜጎች እንዲሆኑ እርዷቸው። እኔና ልጄ ዘረኝነት ከሌለበት ከፈጣሪያችን መንግሥት፥ ከወደፊት ቤታችሁ፥ ሰላም ከሰፈነበት ከመንግሥተ ሰማያት ሆነን በጸሎታችን እናግዛችኋለን።

ነፍሰጡሯ ኢትዮጵያዊት እና ያልተወለደው ልጇ!